நெடுஞ்சாண்கிடை

பதிப்பகம்

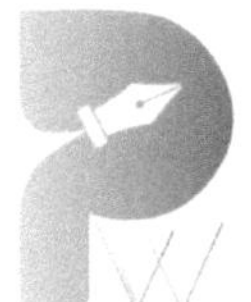

நெடுஞ்சாண்கிடை

ஆசிரியர்

சூர்யா சிவன்

முகவுரை

தாய் தமிழுக்கு நன்றி!

பண்டுதொட்டு காலம் முதல் மனித எழுச்சிக்கு பல சான்றானவற்றுள் வழிபாட்டு முறையும் பங்குவகுக்கிறது. அவை மனித குல நாகரீகத்தோடு வளர்ந்தவை. மதங்கள் அவற்றுள் வழிபாட்டு முறை வழிபடும் தெய்வம் ஆகியவற்றில் மாற்றம் கொண்டிருந்தாலும் இன்றளவும் தொடர்ந்து வந்திருக்கிறது.

சமய நெறிக்கு கருவாக சிவவழிபாடு பேணப்பட்டு அண்டம் சிவனாய் உணர்ப்படுகிறது. சிவநெறியின் பால் ஈக்கப்படுவோர் பலருள் ஒருவன் நான்! சிவன் மீதான பக்தியில் சிவன் மீதான ஈப்பில் பலரும் தம் நாவில் உதிக்கும் உச்சரிப்புகள் சிவனால் தொன்றுவது எண்ணி அச்சொல்லை அப்பொருளை சிவனுக்கு துதிக்கின்ற மந்திரமாய் நினைப்பதுவும் உண்டு.

ஆன்மீகம் கடந்து மதம் எதுவெனும் அகத்தூய்மைக்கு ஒரு கரு வேண்டும். அக்கருவிற்கு இயற்கை அணித்த எதுவெனும் அமைவிக்கலாம்.

என்னில் எனை உணர்த்தும் ஆத்மமாய் சிவனை நினைந்து ஆழ்மனத்தில் எழும்பிய சிவச்சொற்களை சிவனுக்கு மந்திர அணிய தொடுத்திருக்கிறேன். எனது நெறியின் பால் பிறந்த ஒவ்வொரு பாடலும் வாசகர்கள் தங்களின் மனத்திலும் ஆனந்தம் ஏற்கும் என்று நம்புகிறேன்.

என்றும் அன்புடன்

- சூர்யா சிவன்

பதிப்புரை

பெருமிதம்! தமிழுக்கு ஒரு பிள்ளை வளர்ந்துள்ளான். அவனின் வழிகாட்டலின் பங்கில் எங்கள் குழு மிகுந்த ஆனந்தம் கொள்கிறது. தமிழின் தாகத்தில் சிவன் புற்றன் எங்களை மெய்சிலிர்க்க வைத்துள்ளான். வாசகர்கள் உங்களின் மனத்தையும் நிச்சயம் இதம் ஆக்குவான் என்று நம்பிகிறோம்.

இவன் தமிழில் அந்த பரமசிவனும் தரை வருவான். காலம் பல கடந்தும் இவன் தங்கள் மனத்தில் நிலையாய் நிற்பான். இவன் தமிழும் நிலைத்து நிற்கும் என்பதற்கு மாற்று கருத்தே இல்லை என்பது தான் உண்மை.

இது எம் குழுவின் புகழாரம் மட்டுமல்ல தமிழ் மீதான காதல் உள்ளோர் எல்லாம் ஆண்மீகம் தாண்டி ஒரு கருவின் புற்றில் உயிர் சொல்லும் அழகு நகை இவன் தமிழில் அந்த ஈசன் திளைத்துள்ளான்.

இன்னும் எளிமையாக சொல்ல வேண்டும் என்றால் இவன் ஒரு கடவுள் கவிஞர் என்று தான் சொல்ல வேண்டும். எங்கள் குழு செடுஞ்சான்கிடை நூலினை மிகுந்த ஆனந்தத்துடனும் எதிர்பார்ப்புடனும் தமிழுக்கு ஒரு அற்பணிப்பாய் மகிழ்ச்சியுடன் வெளியடுகிறது.

உலகில் பழம்பெரும் பண்பாட்டு பெருமையை கொண்ட பகுதிகளில் நமது தமிழ்நாடும் ஒன்றாகும் தமிழர் பண்பாடு உலகப்புகழ் பெற்றதாகும் சமயம் வாணியம் நுண்கலைகள் வீரம் தேசியம் ஆகியவை நமது பண்பாட்டின் சில முக்கிய அம்சங்களாகும். இவற்றுள் சமயம் தமிழ் பண்பாட்டின் அடிப்படை அங்கமாக தொன்றுதொட்டு இருந்து வருகிறது. தமிழகத்தில் பண்டைக்காலம் முதல் சைவ நெறியும் வைணவ நெறியும் பின்பற்றப்பட்டுள்ளன. ஆரியர்களின் சமய நெறியும் பௌத்தம் சமணம், இஸ்லாம், கிறித்தவம் ஆகிய சமயங்களும் தமிழக வரலாற்றில் இடம்பெற்றுள்ளன.

சிவன் என்ற சொல்லுக்குத் தமிழிற் சிவந்தவன், செம்மையானவன் எனப் பொருள் தரும் "சிவன்" எனும் சொல், வடமொழியில் பண்டுதொட்டு அன்பானவன், மங்களவடிவினன் போன்ற பொருள்களிலேயே ஆளப்பட்டு வந்திருக்கிறது. மங்களம் எனப் பொருள் தரும் உருத்திரன் எனும் பெயரில் ஈசன் சிலவேளைகளில் குறிப்பிடப்படுவதுடன், வேதத்தில் "திருவுருத்திரம்"பகுதியில் போற்றப்படுபவன் ஈசனே என்ற நம்பிக்கையும் சைவர் மத்தியிலுண்டு. இருக்கு வேதத்தில் அஞ்சத்தகுந்தவனாக சித்தரிக்கப்படும் உருத்திரன், யசுர் மற்றும் சாமவேதங்களில் கொண்டுள்ள பெரும் இடம், உருத்திர வழிபாடு மெல்ல மெல்ல சிவவழிபாடாக மாறியதை, அல்லது இருவேறு வழிபாடுகளும் ஒன்றாக இணைந்ததற்கு ஆதாரமாக விளங்குகின்றது. புகழ்பெற்ற இதிகாசங்களான மகாபாரதம், இராமாயணம்

என்பனவற்றில் பல சிவவழிபாடு தொடர்பான சுவாரசியமான கதைகளும், சைவ தத்துவக் கோட்பாடுகளும் உண்டு.

இமய மலைச் சாரலில் வாழ்ந்த மலைக்குடி வேடுவர்களின் நீத்தார் வழிபாடே சிவ வழிபாடாக வளர்ந்திருக்கின்றது என்று நம்பப்படுகின்றது. இமயம் காலத்தால் பிந்தியது என்பதால், தென்னகத்தே எழுந்த இன்னொரு மலைத்தெய்வ வழிபாடே சிவவழிபாடாக வளர்ந்து, மக்கள் குடிப்பெயர்ச்சியால் இமயம் வரை நகர்ந்திருக்கின்றது என்றும் சொல்லப்படுகின்றது. சிவனை உருவகிப்பதில் சாம்பல் பூசுதல், புலித்தோலாடை தரித்தல், மானையும் மழுவையும் கையில் வைத்திருத்தல், பன்றிக்கொம்பு, எலும்புகளை அணிதல் போன்ற யழங்குடி அம்சங்கள் முக்கிய பங்கு வகிப்பதால், பல இனக்குழுக்களின் கலப்பின் விளைவாகப் பிறந்த பெருந்தெய்வமே சிவன் எனலாம். நாகர் பழைமை வாய்ந்த தனி இனம் என்று வாதிடுவோர், சிவனின் ஆபரணங்களாக நாகங்கள் காணப்படுவதைக் கொண்டு, சிவன் நாகரின் தெய்வம் என்பர் சிவ இலிங்க வழிபாட்டுக்கு அடிப்படையாக நடுகல் வழிபாடே அமைந்திருக்கலாம் என்ற கருதுகோளும் உண்டு. இத்தகைய சான்றாவணங்களால், சிவ வழிபாடு மிகத்தொன்மையானது என்றும், மானுடர்களின் மிகப்பழைய தெய்வங்களில் ஒருவன் ஈசன் என்றும் அறியமுடிகின்றது.

கி.பி 600 முதல் 1200 வரையான காலம், சைவத்தின் பேரெழுச்சிக் காலமாக அறியப்படுகின்றது. ஆதிமார்க்கத்துக்குப் பின் உருவான சித்தாந்தமும், வாமம், தட்சிணம் முதலான புறச்சித்தாந்த நெறிகளும் மந்திரமார்க்கம் எனும் பிரிவை சைவத்தில் தோற்றுவித்தன.

இவை துறவிகளுக்கு மாத்திரமன்றி, இல்லறத்தாருக்கும் உலகியல் இன்பங்களுக்கும் உரிய முன்னுரிமை கொடுத்ததால், தீவிரமாக மக்கள் மத்தியில் பரவலாயிற்று. சமணம், பௌத்தம் என்பவற்றுக்கு எதிராக, அப்பர், சம்பந்தர் முதலான நாயன்மார், பக்தி இயக்கத்தை ஏற்படுத்தி, சமூக மறுமலர்ச்சிக்கு வழிவகுத்தனர். சமணமும் பௌத்தமு செழித்திருந்த தமிழகத்தில் நாயன்மாரகள்; தலைமையில் ஏழாம் நூற்றாண்டில் ஆரம்பித்த பக்தி இயக்கம், சோழப்பேரரசு காலம் வரை நின்று நீடித்து, தென்னகத்தில் சைவ எழுச்சிக்கு பெரும் உதவி புரிந்தது வடநாட்டில் இதே காலத்தில் உருவான புராணங்கள் மக்கள் மத்தியில் சைவத்தை எடுத்துச் செல்லாயின. இக்காலத்தில் சைவம், இந்திய உபகண்டத்தில் மாத்திரமன்றி, தென்கிழக்காசியா வரை கூட மிகச்சிறப்புடன் திகழ ஆரம்பித்தது.

சைவ வழியாட்டிற்கு ஆதார நூலாக விளங்கும் சிவாகமங்கள் இந்த ஞானம் பற்றிய விளக்கத்தை முதலில் வைத்தே கடவுள் வழியாட்டு விதிமுறைகளைத் தெரிவிக்கின்றன. சைவ வழியாட்டுத் தலமான ஆலயமும் ஞானி ஒருவரின் உடல் அமைப்பின் மாதிரியிலேயே உருவமைக்கப்படும். அங்கு நிகழும் கிரியைகள் யாவும் (விழுந்து கும்பிடுதல் முதல் பூசை செய்தல் வரை) இந்த ஞான விளக்கப் பின்னணியிலேயே அமையும். கொலை, களவு, கள்ளுக் குடித்தல், ஊண் உண்ணல், பொய் பேசுதல், சூதாடுதல் போன்றவற்றினை சைவம் பாவம் என்கிறது. இதனை செய்பவர்கள் நாகத்தில் விழுந்து அத்துன்பத்தை அனுபவிப்பர் என்கிறது.

சைவ அடியாளர்கள் உடலில் திருநீறு அணிய வேண்டும். சூரியன் உதிக்க ஐந்து நாழிகைக்கு முன்னே உறக்கம் நீங்கி எழ வேண்டும், திருநீறு அணிந்து சிவபெருமானை நினைந்து திருப்பள்ளி எழுச்சி முதலிய திருமுறைப் பாடல்களை ஓத வேண்டும். தூய நீர் கொண்டு அனுட்டானம் செய்து திருவைந்தெழுத்தை எண்ணித் திருமறைகள், திருமுறைகள் ஓத வேண்டும்.

சூர்யா சிவன் என்ற புனைப்பெயர் கொண்ட ராஜசூர்யா இளம் வயதில் இத்தகையதொரு மகத்தான நூல் எழுதுவார் என்று நான் எதிர்பார்க்கவில்லை. ஏனென்றால் இவர் மாணவப் பருவத்தில் படிப்பில் அக்கறை செலுத்தி அதிக மதிப்பெண்களை வாங்கக்கூடிய திறமை மிக்கவராக இருந்தார். எளிதில் வேலைவாய்ப்பு பெறக்கூடிய கல்வியைக் கற்றார். அவருடைய தந்தை திராவிட முன்னேற்றக் கழகத்தைச் சேர்ந்தவர் பெரும்பான்மையாக திராவிட முன்னேற்றக் கழகத்தை சேர்ந்தவர்கள் திராவிட கழகத்தை சேர்ந்தவர்கள் நாத்திகவாதியாகத்தான் நான் அறிந்திருக்கிறேன். அந்த குடும்பத்தின் பின்னணியில் வந்த ராஜசூர்யா ஆன்மீகத்தில் சற்று ஈடுபாடு கொண்டு சைவ நெறிகள் பொதிந்த இந்த நூலை உருவாக்கியிருக்கிறார். கடந்த புத்தாண்டுகளுக்கும் மேலாக பிரதோசம் அன்று ஏத்தாப்பூர் சாம்பமூர்த்தி ஈஸ்வரர் கோயிலுக்கு வருவார். நான் எப்பொழுது சென்றாலுமே அவர் என் கண்களுக்கு தென்படுவார். சிவ நெறி நூல்களை வாசிப்பார். சிவன்பால் ஈர்க்கப்பட்டு அதிதீவிர சைவராக மாறி இருக்கிறார். தேவாரம் திருவாசகம் போன்ற மிகப்பெரிய சைவ நெறிகள் கலந்த நூல்கள் போன்று அவர் எழுதிய நெடுஞ்சாண்கிடை என்ற நூலும் அமைந்திருப்பது சிறப்பிற்குரியது.

புத்தகத்திற்கு பெயர் வைத்திருக்கின்ற தொனியை உற்று நோக்கலாம். நாயன்மார்கள் மற்றும் சிவத்தொண்டர்கள் சிவனை வழிபடுகின்றனர். அவர்கள் தன்னை உருக்கி மற்றும் துன்புறுத்தி வழிபட்டு இருப்பதை நான் அறிந்திருக்கிறேன். வழிபடும் முறைகளில் தெய்வத்தின் முன் நெடுஞ்சாண்கிடையாக விழுந்து இறைவனை இறைஞ்சி கேட்பதும் ஒன்று. அதுபோல இந்நூலின் ஆசிரியர் நெடுஞ்சாண்கிடையாக விழுந்து சிவபெருமானுடைய புகழை அவருடைய அருள் சிறப்பை அற்புதங்களை மிகச் சிறப்பான முறையில் படம்பிடித்துள்ளார். இந்நூல் ஒவ்வொரு பாடல்களுக்கும் ஒரு தலைப்பு கொடுத்து இருந்தார் ஏறத்தாழ 134 தலைப்புகளில சிவனின் அருட்கொடையை புகழ்ந்து எழுதி இருக்கும் பாங்கு பாராட்டுதற்குரியது. மேலும், கவியுலகில் இளந்தளிராக இருக்கும் இவர் மிகப்பெரும் விருட்சமாக வளர எனது மனமார்ந்த வாழ்த்துக்கள்.

என்றும் அன்புடன்
முனைவர் அ.அன்புவேல்
தமிழ்த்துறை உதவிப்பேராசிரியர்,
வைகை கலை மற்றும் அறிவியல்; மகளிர் கல்லூரி
வாழப்பாடி வட்டம். சேலம் மாவட்டம் - 636111.
அலைப்பேசி: 9600413310.

உள்ளடக்கம்

இறை வணக்கம்

அருளெனும் மார்க்க வழியடைந் தென்னை

    ஆருயிர்த் தழுவித்தீவினை தூய்மையாக்கித் தந்த

இறைவனடி சேர்ந்தென் இச்சை விலக்கி

    ஈகப்பார்வை தன்னை மெய்ப் பொருளாக்கியே

உறைந்துன் திருவடி காணப்பாக்கியம் பெற்றென்னை

    ஊன்றுகோளாய் வாழிவழி தந்து மெய்யுணர்த்தி

எண்ப்பொருள் ஈடேற்றி இறைமனம் நிறைவேற்றி

    ஏடுபலயெழுத செங்கோலிறைவா நினையே கதியடைந்தேன்

வான்புகழ்

வானொன்று பார்த்தாயோ பிறையன் அருள்ப்பார்த்தாயோ

    மண்ணின்று செழிக்கவேயாம் வணங்கிய வேள்விப்பயனதுவே

காற்றசையவே வெண்மையன ருள்வேண்டி காப்போன்

    கொடிவளர்த்தே மண்கட்டி மலர்ந்தே நின்றான்

பூமிசிறக்க கங்கைநீர் கசிந்துளியளந்து வந்தான்

    யாம்பயனுறவே கடல்பிழிந்து தூயத்துளித் தந்தான்

மண்கொஞ்சி தளிர்ந்துனை போற்றியே மண்ணும்

    திரிசூலன் அருளன்றியோ இவ்வையகம் உயிர்த்திடுமோ

துறந்தார் தூய்மை

மெய்யுணர்ந்து ஆழியென அன்பில் அகந்துறந்தார்
திரிசூலம் வழிப்பற்றி எய்திய மேன்மையே
யுகமறியும் துறந்தாரின் கங்கையன் திருவருளதே
துறந்தாரன்பு பிறையன் நிழல்வணங்கிப் போற்றப்பெறும்
மனச்சான்று நிலையுணர்த்தும் சிவஅருள் துறந்தார்ச்சொல்
பிறப்பறிந்து தன்மையுணர்த்தும் அகந்துறந்தார் மெய்க்கழல்
அகஞ்சஞ்சலங்கள் தீர்க்க கங்கைச்சித்தன் பாதப்பருகி
இழுக்காறு நீத்தருளும் சிவமயம் அடைவோம்

அறம் பற்றுவோம்

ஆகமமாகி நின்றருளும் அறம்தரும் சிவாயம்
செல்வழி யாங்கனுமே அறந்தொடுப்பார் பற்றியராம்
மண்ணம்சம் தெளிந்தாரின் மனங்கேளாய் அறம்போதிக்கும்
ஒழுக்கச் சித்தாந்தம் நின்றுபெரும் பயன்தரும்
இரத்தலுணர் வொன்றேது இசைத்தல் மனமின்றேற்கும்
திரிசூலனருளொன் பற்றியே அறம்நீட்டப் பணிவோன்
ஆத்மச்சிறக்க போற்றுவார் வாழ்கடைக் கொநீட்டியோர்
சிவஅரண் துணையயருளும் வாழ்விழப்பொன்று மீண்டுதரும்

சூர்யா சிவன்

இறையகம்

நல்வாழ்க்கை பூண்டாராயின் இறையருள்நீள் இல்வாழ்க்கை

அகத்தின் இழுக்காறுநீக்கி தன்னையிறையடி சேர்ந்தவர்தாம்

பொனீன்ற பண்புமீன யிறையடி இல்வாழ்க்கை

சிவம்பற்றியே தூயமாட்சிமை அருளேறும் அகஒழுக்கான்

தானின்பம் பிறர்ப்பெறவே பிறைவிதைத்த நற்மனஉருவாய்

பிறவிழிப்போற்றும் பிறையென்றே வான்நின்று மகிழ்மிறையன்

மாகாத்தேனின்பம் பற்றுவோன் ஒன்றேசிவநிழில் ஒழுகினோன்

இல்காத்தே இறைமனம் நெகிழ்த்தினான் பிறையனுருவானான்

துணைநலம்

பிறர்ப்பயனுற தன்கொடைநீட்ட தூயத்துணை இறைசக்தியே

பராசக்தி திருக்கரமே ஈன்றத்தாயின் மனமஃதே

ஆவின்பெரும் புண்ணியமொன்று ஆடவன்பின் மனையாளியோ

அஃதவிற வேறேதுசெய்து பிறையனருள் பெறுவாறோ

இல்லகத்தே நல்வாழ்க்கைக் செழிக்கதவ மேதுவேறு

இறைமாண்பின் அருள்நெறிப்பற்ற ஆத்மஞான நல்லொழுக்கே

அண்டமுஞ்சிலிர்க்க ஆடவன்கொடை வணங்கவான் புகழ்கைமோதும்

உலகாழும் சிவமனம் சிவசக்தியாழும் இல்துணைப்பேறு

மக்கட்பேறு

எச்செல்வம் புதைத்தாயின் தான்ஈடோ மக்கட்செல்வம்

ஈசனருளன்றியோ தோன்றிடுமோ நல்லின்பப் பிள்ளைப்பேறு

தீண்டாமை தீமைவிரட்டி யன்றியோ அருள்பெறும் தகப்பன்பெயர்

ஏதொருசெல்வ முண்டுமோ பிறையனருள

வெவ்வுயிர் நிறைவாழி தன்னுயிர் குன்றியப்பிழைப்பே

இறைப்பொருள் ஈன்றஈசன் மேன்பொருள் ஒத்திடுமே

புவிதனில் மாச்செல்வம் எப்பெருமை திரிக்குமோ

பிறையன் உயிருருவாய் யுண்டானான் பெருமை

அன்பு உடைமை

அன்பெனும் அறம்போற்றி அகம்நிற்கும் அண்டத்தாசானே

இழுக்காறு நீக்கிவைக்கும் சொர்க்ககுண எண்ணாலனே

வையத்துளோர் அறநெறி நீத்தரளும் குளிர்வானனே

உனையொரு நாளுமெண்ணா திருப்பாரோ அருள்வடிவே

பக்தியெனச் சரணடைந்த யாரொருவர் நின்நிழல்நீப்பாரோ

அவர்சித்தம் வணங்குமே நின்கால்பதிந்த அன்பரரேகையை

மறவாமலும் மனந்திறந்து நின்பொருளைத் துதித்திடுவரே

இறப்பின்வாசம் தீண்டியுமதை நீத்தரளும் பிறையனன்பே

சூர்யா சிவன்

அன்பின் தானம்

யாதற்றாருக்கும் யாவுமாய் மெய்யூட்டும் திருஆகமமே

    நின்பக்திநெறி கொண்டாருக் கேதொருப்பசி பிணிநேருமோ

நெடுவாடை நொடியதில் தீருந்துந் திருநிழல் பார்த்தப்பின்னே

    சேர்ந்தாரை வரந்தந்துப் போகாக்காக்கும் முக்கண்ணனே

தன்னன்பின் செழுந்தானம் பற்றியநிறை மனமது

    சொர்க்கமிழுத்தும் கண்விளிம்பு மறைத்திடுமே நின்ஈகநெற்றி

எவ்வண்ணம் சேர்ந்திடினும் முக்கண்வணங்காது மனம்நின்றிடுமோ

    துடிப்புநிற்கும் நின்மேனிவொழுகி போகுமுயிர்ப் பிறையனே

சொல் அறம்

ஐயெழுத்து ஐய்யனைத் துதித்துநீங்கும் பெரும்பாவம்

    தன்இன்மொழிப் புகழாலே நீங்குமய்யம் மாபிணி

சிவசொல் கேதொருஇன் சொல்லுண்டோ யதைப்பற்று

    நன்னலம் பூண்டுநாநிலம் காக்கும் பாதம்பணிந்திடு

பிறையனென் றொருநன் புகழுக்கே திணையுண்டோ

    சிவசொல் கொணர்ந்தே நாப்புகுத்தி அறம்பற்றிடு

வான்புகழ் எய்யுமுன்னே மண்மாண்பு சிறந்திடுமே

    ஐயன்சிவ சொல்நன் புகழுள்ளத்தே நிறைந்துடன்

நன்றி ஊட்டல்

எவ்வண்ணம் உடையராயின் நன்றெது செய்யும்பொருளே
    தீந்தள்ளிக் காக்கும்ஈசன் நன்றிபயக்கும் பக்திமனமே
எள்பொருளும் பணிந்தேநின் னுதவிப்பற்றியே பெறுமுயிர்
    விண்ணளவு கொள்ளுஞ்சிறப்பு எய்வார் மண்ணில்தாம்
என்செய்யக் கைமாறேதோ நின்கழில் வணங்கத்தவிர
    பெற்றப்பயனேதும் குறைந்திடுமோ வேறென்ன நன்றி
எச்சூழில் பூண்டாலும் மாற்றார்க்கு உதவியெதும்
    ஞாலத்தின் சங்கரன் திருவொளிப் புண்ணியமே

நடுவொளி

வானும்பாரும் பூசலொான்றில் பெருநிலை மறந்திட்டால்
    விழிவாழுமிடம் நுதலான்நின்று திருவொளியில் தீர்ப்பாரே
வேர்கிளைக்கு இடர்போலே சொல்செயலுக்கு நேர்ந்திட்டால்
    பொருள்வடிவினன் உயிர்நீராய் ஊறிமெய்யும் வெல்வாரே
நுதல்முதல் தாள்வரை மெய்ப்பொருள் உருவடிவினன்
    கழில்கண்ட பின்கனம் துற்செயலாக்க மனம்நேருமோ
பக்திநெறி சாய்ந்த மனந்தன் திருகழில் பணிந்தப்பின்
    இடர்ப்பொருட்டு வாழ்வில்லா தொழுகும் நடுவனையே

சூர்யா சிவன்

அமைதியாக்கம்

பலப்பூத்தும் புவியதனில் சிறப்பு ஒழுக்க உயிர்க்கெல்லாம்

அஃதுபெரும் பற்றுடையாரின் அடக்கநெஞ்சில் ருத்திராட்சமே

நாலுலகு நற்பெரும் சிறஞ்செயலீன்று போற்றினும்

முக்கண்விழி அடக்கமது ஞானவணக்க அமைதியே

அகங்காக்க கற்றொருவன் பிறர்சுகம் மறவாது

தன்நேசம் துடைத்து நற்கதியெய் யருளும் அன்பினன்

பிடியளவு பணிந்துருகி மாவளவுகுற்றம் நீங்கியே

சிறுங்கருணை எண்ணியே முக்தியளிக்கும் ஈசனேசிவம்

நெறியொழுக்கம்

வாழ்வெய்திய வலியெதுவும் தாங்கிவெல்ல சிவங்கொள்

இடரனைத்தும் உயிர்க்காய்த்தும் உள்ளந்தளரா தவம்நில்

நெறிப்பூண்டு இன்னொழுக்க நச்சுலராது பக்தியுண்ணு

நிதம்பரம பிறைப்பார்த்துருகி நெஞ்சுரம்வழி பணிந்துசாய்

ஆத்மத்தெளிவுப் பெற்றாற்பின் மறந்தினும் பாவமென்னாது

ஆருயிர்நீக்கியும் நற்கதியே சிவசொல்நா உலர்ந்தொழுக்கம்

மதியேறிய நிழில்கடில் நீங்காதுவான் மெய்ப்போற்றியே

ஈசன்நகம் காணுவரமேற்ற பக்தியொழுக்கே ஞானஞ்சிறப்பு

பின்மனம் எண்ணாமை

எவ்வுயிர்ப் படைத்தாய் அவ்வுயிர்க்காக்க விழைந்தாய்
பிறருயிர் மோகங்கிழித்து செம்மனமெரு கூற்றிச்சிறந்தாய்
நம்பினைப்பு பதற்றாது உன்னுயிரென காத்தருள்வாய்
பிறர்வாயிற்விழி மறைத்து நல்லுள்ளம் ஈன்றிடுவாய்
இச்சையெண்ணம் நெஞ்சொழித்து நச்சைக்கண் பிடுங்கிருவாய்
பிச்சையெண்ணம் வழியொழித்து பசுமைகுணம் புகுத்திடுவாய்
எச்சமெதும் மிஞ்சாது மோட்சம்பெற நெறியளிப்பாய்
பிறர்பாரா நின்நிழிலே மோட்சமென ஒழுகவேயறம்

பொறுமை அறம்

தீயொன்றுத் தீண்டியெரியினும் சிவன்வழி கனலாற்று
பிழைப்பேச்சு புடைத்தும் சிவசொற்பிறழும் நாசுகமேற்கும்
பிறர்மனத்தில் வஞ்சமேற்றும் தஞ்சமடைசிவன் கண்காக்கும்
தன்னெண்ணில் புண்ணெனும் நோக்காநேசம் கோபுரமேற்கும்
எத்துன்பம் மனங்கெடுத்து பொறுமையுள்ளம் அறமொழுகும்
அத்துன்பம் சிதறிப்பதறும் சிவஅரன் துணைநிற்கும்
தீந்தள்ளி நன்னெறி ஒழுக்கமே அருளுமாத்மம்
நற்பொறுமைக் காத்தொழுகும் வான்பிறை யனையே

சூர்யா சிவன்

தூய்மை ஏற்றம்

பிறையொழுக்கம் தீண்டியே மண்ணாசை ஒழியுமே

எம்மாசை தோன்றினும் தீயென்ன மொழியும்

சிவஞானம் தோன்றின்பின் பிறர்ப்பாவம் மனம்வாங்குமோ

உயிர்நீத்து புவிநீங்கினும் பொறாமைகுணம் வேளூன்றுமோ

இன்னாயெண்ணம் உதித்தன்பின் பிறைஞானம் வளர்ந்திடுமோ

நீரெண்ணையாய்ப் பிணைந்திடினும் நல்லுடலுயிர் நீர்த்தே

தீயகுண மெரித்து வளர்க்கும் திரிசூலன் இறைநாடு

சிவமொலிலித்து இனியமனமேறி ஈசன்ஞானம் போற்றிவணங்கு

வெஃகல்

ஆத்மாவின் வெஃகல்தானோ நின்மீது தீராப்பேரன்பு

பிறர்ஏசித்தும் பித்தம்தன்னில் ஏற்றம் கொண்டவன்

நின்கடில் தொழுகியொழுகி பற்றின் கரம்விடுமோ

மெய்க்கடிலோதி நீங்கிப்பக்திப் பசியாறியும் வெஃகல்தன்னில்

வெஃகல்கொள்ளா உன்னில் எச்சிறப்படையும் நெறிவாழ்வு

பிழையெனக் கருதியயெண்ணில் நின்நிழல் நகப்பதிந்திடுமோ

உயிருடல் நெஞ்சில் பிறர்நற்மன மனைத்திடுமோ

நின்னைநீங்கா வெஃகலெதுவும் பேரன்பின்னடை யாளஈசனே

ஒற்றைத் தேடல்

பரம்பொருள் அடிப்பணிந்தார்ப் பயனும்வீணே புறங்கூறி

மீன்அளவு பழிப்பூசியெனும் வாழ்ந்திட அஃதுகூடுமோ

வானென்றும் புவியென்றும் தனித்ததோ சேரவிழையாது

நாடியருக்கு உயிர்மாண்டும் புறங்கூற்று முயிர்ப்பயனேது

நின்னெனப் போற்றிபோற்றித் தானென பேதைமையோ

நின்கழில் காத்துத்தூயநெறி பொருள் விழையாது

எத்திசைநின் றாலுமித்திசை யெனநிற்கும் நல்லாத்மம்

வெண்ணொளி யொழுகிஇறை நாடியவாழ்வு ஈசன்

பயனிற்சொல்

நன்றென்று நின்றுபோற்றும் சொல்லொன்று சிவாயமே

யாக்கைதனில் நலம் சொல்லும் போற்றுகுவை

நாலெதுவும் கற்காயெனும் சிறப்பே சிவமொலித்தல்

அஃது மேலேது அண்டஞ்சிறக்கும் நன்சொல்

பிறர்சாட பயனில நின்றுதரும் சொல்லேதும்நாட

முன்நின்று பிறைப்பொருள் வணங்க பெருமையே

வீண்சொல் புகுதல்நேருமோ பிறைநிழல் பருகியப்பின்

உயிர்மறந்தும் உதிக்குமே ஈசனடிசேர்ந்த நாநற்மனம்

சூர்யா சிவன்

தீவினை சாதல்

துச்சாரியென நின்றறுத்தப்பின் நான்மறை ஏற்குமெழில்
    ஆட்கொண்ட பரம்பொருளின் திருகழில் வணங்கியோர்
இன்னாயென்னம் வேண்டாது நின்றயிடம் செழித்தோங்கும்
    ஈசனடிசேர்ந்தே அணுவும் பக்தியோர் நிழலில்சிவம்
பிறப்பின் இச்சையாவு மொழிந்து பிறைக்காட்சி நெஞ்சில்
    தீவினையேதும் மீந்துமோ முக்கண்கனல் ஒளியிடத்தில்
நான்மறை புகுத்தின் ஒளிமுன்னே பிழையொழியும்
    நானொரு பித்தனென்றே சித்தம் ஈசனடியே!

ஒப்புரவு ஒழுகல்

மூவிரல் நெடுக்கிலே வாழ்நாளர்தம் பதிந்தே
    அஃது மெய்யூட்டும் பிறக்க தவம்நிறைந்தே
பயனின்நீராய் சிவசொல் உயிர்மீட்கு மந்திரமே
    ஞானமுணர்ந் தாரெண்ணம் ஞாலம்காக்க விழைந்திடுமே
சிந்தையுள் சிவபோகம் நிற்குமே மறைகளும்
    கனலேறி தீயுண்டும் மீதக்கறியும் வயிறாற்றுமே
உள்தவம் யாக்கைப்பேணி நன்நிறையும் மாற்றகத்தில்
    பேறேற்கும் நெஞ்சுதவி ஒழுகவளருது பிறையனரளாலே

இறை ஈகை

அண்டஅணுவுயிர் நகைத்திடவே தீமையது சீண்டாஈகை

  நின்பொருளே மறைகளாய் நின்ஊனுந்தி நீட்டும்ஈகை

மனத்தில் பழியொன்று புகுந்திடின்நின் நிழலேஓஈகை

  புறப்புண் நிறைந்திடின் திருகலசமே ஈகை

துணைதுறந்த புண்ணியர்க்கு நின்ஆகமமே ஈகை

  முந்நேரம் பாசுரம்பாடித் தீர்க்கும்பசியே ஈகை

உடல்லொரு பாகம்தீர்ந்தும் தவமுதிரம் அருள்ஈகை

  பொறை யிடரெனும் மனமுதிக்கும் பிறையனேஈகை

வாழ்வே பிறை

யாருண்டு நீக்கமற வாழ்வெய்ய நின்னைதவிர்த்து

  கிடைகுமோ பாவம் கழல்பணிந்து அஃதுநீக்கும்

எப்பாலும் ஞானமொன்றே ஞாலத்தடியே எவ்வுயிரும்

  துகள்மூச்சும் இறையும் நின்னை சரணடையவே

தீநெறி மனத்துள் பழிநீங்கும் நினையொழுகி

  ஒன்றைந்து அறிவும்ஆறும் ஆற்றுமோஈகை சக்கரமேழும்

ஆசைநிறையா ஆவியுமே அரைஉயிர் முக்திபோற்றி

  வான்புவியும் மிஞ்சிநிற்காது யாவுநீயே பிறையனே

சூர்யா சிவன்

அருள் உடைமை

ஊரார்வாழ்வு நன்னெறி ஒத்தொழுக அருள்வார்ப்பாயோ

மாண்புடைபுவி வேண்டேன்நின் சிறுமனம் வேண்டுவேன்

சிறுஞ்செல்வம் விரிக்கும் சிறகினிடத்தில் வேண்டேனே

பெருஞ்செல்வமாய் நின்னையே நினைக்கும் நற்மனம்யாசி

பிறனிலொரு வனாய்நான் அன்றேயென்னில் முழுதுமாய்நீயே

பொருட்கோ தித்திப்பில் நினைக்க உம்மில்மயக்கம்

ஏக்கமொன்று ஏற்றாமல் ஏறிநின்ற செல்வமெல்லாம்

கீழேநான் நானேயேற்றி மனம்நினை அருளுடையான்

புலால் மறுத்தல்

புலிக்கொன்று பசியுமெனும் மனங்கொல்லும் பாவமேற்காது

நெடுவறுமை உயிர்வாழியும் கரம்நீங்கா துணைவனங்க

வனம்பூண்டும் உயிருதிரம் பாராநினை மனம்சாய்ந்தே

நடுநாவும் நெஞ்சுறுதி இழக்காநினை மனமென்னி

ஊருயிரும் வாழுமுயிரே கருணை உயிர்க்காப்பானே

பாவவிலங்காய் மாந்தர்ப்புசிப் பாரோதன்னு யிராயுனைநீத்து

நின்சுவை மறந்தொருவன் புசிப் பானுடல் தீயுண்ணும்

எவ்வுயிரும் பசியாற்றும் இன்பக்கனி இறைவாஈசனே

தவம்

பூண்டார்தவம் தஞ்சிறுவாழ்வு மறையாக்கவோ வேதனிடத்தே

ஒரணுவுயிரும் பெருபேறுதீ மையொழித்து ஈசன்வில்

ஊரும்புழும் மாந்தமனமும் செழித்தே பிறைத்தவம்

இடரொன்று கொண்டா லெழுந் தவம்

ஐம்புலனும் அடங்கியத் தம்முள்நற்பயன் கிட்டாதாகுமோ

ஒர்மூச்சையும் பாவமேற்றுமோ தவபுற்மலையாய் நினை

பெரியதொரு சிறியதொரு நாவுண்டும்தவப் பொருள்நீயே

ஞாலத்துஎவ் வறிஉஎயிரும்ஞா னம்சூழுமொளி ஈசனேதவம்

கூடும் ஒழுக்கம்

புல்லெனப்பிழை யோயதைநா கிள்ளியெரியும் சிவனொழுகி

பின்கக்கும் பழியெதுதோ ன்றிடானா மடக்குஞ்சிவம்

பித்தனீன்றபல நற்பெயரும் நன்நீத்திரும் தீயொழுக்கம்

சிவபோதனை கேள்செவி தீமை யறுக்கும்

பார்ப்போற்றும் சிறப்பெய்தும் வான்நீக்கும் பிழையனவே

ஒழுக்கமுன் நிறுத்திப் பாவப்பிழை சொல்லும்தவம்

கொத்தெனகுவி நன்மைதள் ஞும்வேண்டா கூடாயொழுக்கம்

நல்லகம் நாடமனந் தினறாசிவ னொழுக்கஞ்சேரவே

சூர்யா சிவன்

கள்ளாமை

கற்றுண்டும் பிறனில்நோக்கும் பொருளது பாவமே

சிற்றென்றும் உடையினும் நிறையொழுகும் சிவமாந்தர்

பற்றுகொண்டு நாடியப்பக்தி கள்ளாமை கற்குமனது

யாதெருப் பொன்னே மலையென்றும் நோக்காக்கண்

வேள்விவிர காயினும்நன்று கள்ளா யெண்ணம்

தேவமேற் குஞ்சிறுமனம் அஃதென்றும் சிவப்பொருள்

வியர்த்துளி யுணர்த்தும் உதிக்கு மொழுக்கால்

கள்ளாயெண் சூழமகம்நிறைந் தேசிறக்கும் ஈசனடி

வாய்மெய்

வாய்மொழி கூறுந்தனில் நற்பண் பிறருக்கு

அஃது மேன்தவப் பயனுன்டோப் பிறையனருள

மனத்தில் சிறுங்கள்ள மில்லாநாடிபெரு ம்புண்ணியமே

ஈன்றபேறும் வென்றுநிற்கும் சிவபாசுர வாய்மை

அகத்தினொரு பிழம்பலில்லா புறநடையே சிறப்பேற்கும்

வஞ்சத்தகம் பிழையே கங்கையன் நீக்குவான்

தீமேல் தவழும் பயனுறாப் பொய்மை யென்றும்

வாழ்வின் அத்தியாயம் சிறக்குமேபாடி ஈசன்வாய்மை

வெகுளாமை

உம்மெய் மறைத்துரைக்கும் பொம்மைக்கு மனந்தளர்த்தி
சினங்கடுத்தலெ தற்கிந்தவேளை சாந்தங்கொள் சிவன்நாடி
பிழைக்கூறும் நாபாராநின் மெய்யாய்நில் முக்கண்ணொழுகி
சூழும்பொய் மையாவும் தினறும்திரி சூல்மையாலே
சினத்தாலே நிலைமறந்துக் குழையாத நின்றதவம்
நினைத்தப் பொருளடையும் சிறப்புருவான் சிவன்
பிறப்பற்றொன்றில் நேராதுகண்மனஞ் சினம்மறுத்து மூச்சில்ஈசன்
தீந்தீண்டா நிலைப்பெற்று மனங்குளிர்ந்தே விழுஈசனடியில்

இன்னா செய்யாமை

தன்தோன்ற உழைப்புபிற ரெய்யவொட்டுமே பிறைப்போற்றி
தந்தாகம் தீர்க்காயெனும் லோங்கும் முன்வாடியர்க்கு
நன்செய்யாயினும் இன்னாசெய் யாமைநன்று சிவனடிசேர்ந்து
பதியில்நா பிறழாயினும் நற்மனஈகை உடையின்சிறப்பு
வறியார் கண்ணுன்டால் பசிப்போக்கா நிலையேறாது
தன்நாவும் கிளித்துவும்மனப் பேறுகொடுக்கும் ஈசன்பதிகம்
ஞாயிறு நெருங்கித் தோன்றமுன் வீணோஈகையகற்றி
கொடையொன்று தலையாயச் சிறப்பு ஈசனைபோற்றி

சூர்யா சிவன்

உயிரே உயரருள்

அறைஉயிர் உடையினும் மனமீது மிறையுடையின்
பாருயிர்க் காத்துத்தழுவு முயிரது வானெனாக்கும்
வாழ்பாகமெரிந் தும்மீண்டுமீளு முயிர்த்துடிக்கும் லிங்கஅடிவணங்கி
உயிர்த்துளி தன்னில் தலைத்தோங்கும் பேரருளெட்டும்
செல்வழியின்றில நிலையொன்றும் மாறாஉயிர் வாழுஞ்சிறப்பு
நானன்று நீயேகதியென புகுந்ததஞ்சம் முக்கண்நிழலில்
சுவையுண்ணில் வாட்டம்பாராப் பசியாற்றுமுயி ரேபேருயிரென்றும்
மெண்ணமே உயரருளே யொழுகிப் பிறையனாலே

நிலையாமை

மனங்காக்கும் உம்செழுமொளித் தவிர்த்தேநிலை வேறுவருமோ
நின்செங்கடில் காண இறை மனஞ்செழிக்க
புறக்கூடுப் பொன்னில்பயனோ மண்ணில் வாழிப
நிரந்திரமது நீயேப் பொருளும் பாரினிலேவாழி
மனமெல்லைத் தாண்டாவரம் ஈன்றநிலை உம்திருகமலத்தில்
தீநிலையயது வந்திருமோ ஓங்குரல் வலுக்கையில்
மூவுலகத்து மூச்சில்நினை யன்றிசுவாசம் நிலைமாறாது
உயிர்க்கக்கும் மெய்அஃதுஓம் நிலையும் ஈசன்

ஆசை கொளல்

யானென்றே பொருளனைத்தும் ஆசைநீக்கிப் பயனேவரம்
ஒழுகுமுக்தி யென்னி லெண்ணத்திலே பேராசை
பொன்பேறும் ஈனுமெல்லாம் மின்னாது பொசுங்கும்
ஆருயிர் யொழுகும்வரம் மேவியேத் திளைக்கும்
தேவதேவி இணக்கவிரல் நுனித்தீண்டும் தவப்பொருளே
புலன்புகா அறுத்தத் தோடுஆசையு மொழித்தே
கருவின்பொரு ளெனநான் ஊறியத்தவமே அஃதுநீயே
ஒன்றே யென்னில்நிலை யொன்றேநினை சரண்சாய்வதே

மெய் உணர்தல்

சித்தங்கொண்ட நாநகமனைத்தும் லிங்களசன் அசையுணர்ந்தே
உயிருதிராய் நிறைந்தே தீண்டுஞ் செழுமண்நீயே
அறங்கொடை ஆன்மீக பொருள் ஆதிசிவனே
பிரபஞ்சஅணு உயிர்மூலதாட் சண்யமெய் பிறைப்பயனே
விண்ணுணரும் அகமெய் யொழுகிக்கின் முழுவொளி
புவிவாழ் வுருவதுதோன்றி நிற்கும்மெய் சுடரொழுகும்
அறிவார் நற்பிறப் பணைக்கும் திருவுருவே
பிறப்போலி நின்திருநிலையே விளங்குமெய் சிந்தைசிவன்

சூர்யா சிவன்

புண்மனம் நீக்கல்

பித்தாசைவா மும்மண்ணில் நிலையாயில பக்கிநிரந்தரம்

    நல்லொழுக்க முக்தியளிக்கும் திருவொளிப் பிறைமந்திரம்

வீண்மனம் பயனில நற்கரம்நீட்டி இறைப்பற்று

    வேண்டாத் தீமையறுத்து மோட்சமே நீறையொழுகி

எண்ணிலிடரா நாப்பழிக்கம் பழிப்புறச்சூழா நிறையும்மாண்பு

    தான்தவனிலா நாக்கொஞ்சிப் பலன்சுயம்பாய் ஈசனருள்

இயற்பழிசூடா நடுவொளி யானைபணிந்தே வேதமும்

    தடுமாற்றமின் மையேநிறை யொழுக்கம் தந்தசிவன்

இறை ஊழ்

ஊழென்ற கர்மப்பயனே சிவன்வியர்த் துளிப்பார்வையே

    நீநானென்ற பேதைமைமறுத் தேக்கொடுக்கும் சிறஞ்செல்வம்

நல்செலுத்தின் தீதொன்று குழையும்நிலை ஈசனாலே

    பிறர்மனங் கருக்கப் பூண்டார்த் தவபயனில

தன்னொருப் பொருளுதிர்த் தாரையேற்கும் செவ்வானம்

    தன்ஈடொக்கும் நெறிதூயகர்மம் நிறையருளும் ஈசன்

நகஞ்சிணுங்கும் ஊனமன மென்றும் நிலையாது

    அணுமுடிக்கும் நல்ஊழ் வினையேத் தருவான்ஈசன்

இறைமாட்சி

நகர்ஊர்வனப் பறப்பன தவழ்செழிக்குஞ் சித்தனாலே

முதற்புழுமாவு யிராவும் கொஞ்சின வேந்தனாலே

நல்லொரு வினையாகதீந் தழிலுமெரிந்தன் செங்கண்ணாலே

அண்டத்தின்பம் நோக்கிப்பிறர் வாடாஉசிர் இறையரசாலே

மறுப்பில்லா வழியின்முன் வேண்டத்தடை கணநீங்கும்

பக்தியொன்று ஏந்தித்தாழ்ந்த சிரம் மெய்க்கழில்சிவ

கட்டொன்று மில்லா பேரின்பவொளி நிறைத்தானே

இறைசக்தி செங்கோல் பிரபஞ்ச வேந்தனேசிவன்

இறை ஞானம்

காற்றெங்கும் பாசுரழுக்தி யெனப்பாடும் இறைவாசம்

இறையிதழ் மொழியா கண்ணுடும் புண்ணியமேற்கார்

எண்ணும் ஏரும்போற்றிய போதனைச் சிறக்கும்

உயிர்நா பிறழியிசைந்த மந்திரம் சிவாயம்

இறைஞானம் கொண்டப்பித்தம் ஏழ்பிறப்பு மேப்புகழ்

சித்தன்ஞானி வையகம் காக்கும்சிவ ஞானமுணர்ந்தே

சிவசக்தி பக்தியுணர்ந்து கற்றேவாழுயிரே மெய்யாகும்

இன்னுயிர் நீட்டிப்பிறைநிழல் வணங்கும் சிவஞானம்

பக்தி நாடல்

கல்லாமைப்பிழை யறுத்துக்கல் நிற்காது சிவன்நாடு

கற்றொருவர் நிகரேற்கும் சபைநிற்கும் ஞானமருளும்

பிழைப்பென்று பொய்கா மெய்யுணர்ந்து பாடு

ஆகமமுழங்கும் சிவமொழிகி நாசியிழுத்து பிறைப்போற்று

தன்னில்புண் ணிரெண்டு பார்க்காசிவப் பாதைவாசி

கம்பலம்சிவப்பு அணியும் பேறுசிவ பதிகமுச்சரித்து

ஆழியூற்றும்கூட மங்கிப்போகும் சிவஞானமூற்று குறையா

பாரெல்லாம் பரவும்கற்ற வாசமனைத்தும் சேரும்சிவனடியே

செவி சுவைத்தல்

இருத்துளை விழுஞ்சொல்லில் சிவாயம் கேட்டல்பேறு

வாய்வயி றுப்பசியாறும் செவிசுவைத் தொன்றேநலம்

அறியாயிரமொழி சிவஒழுக்கன் நன்சொல் கேட்டலேப்புகழ்

தீசுவைத்தும் பிசியாரா பக்திக்கேட்டே தேனூறும்

தானீன்றநெறி போதிக்கும் சிவச்சொல்லே கேள்சிறக்கும்

பிறப்பொருள் அனைத்தும் சிவக்கேள்வி மெய்யூட்டும்

ஒளியிரண்டைத் தாண்டி மாப்பேறுசிவ கேள்விஞானம்

உயிரெல்லா முணருமொழி சொல் யாவுமேசிவம்

அருள் உடைமை

பெருங்கோட்டைத் துயர்க்காக்கும் சிவஅறமே சிவஅரண்

எந்நாளும் முடியுந்தனில் வொலிக்கும் சிவம்முடியாது

யாங்கணம் குறைத்து கேட்பினும் மனமேற்காது

இங்கணம் யானும்சிவ தாசனெனவே மெய்யும்ஈ.சனே

தெளிந்துணர்த்தி நிலையிது அஃதொன்றே சிவம்

சிவப்பித்தன் நட்புதொடர்ந்தே உடைமையாகும் சிவஅருள்

தடையினைத் தகர்த்துநிலை யெனத்தெளியும் சிவஅறிவு

பிழையெனத் திருத்தி வளரும்பிறை யருளும்சிவன்

குற்றம் கழிதல்

தன்னிச்சை அறிவறியா செயல்புத்தி மறைக்கும்

தெளிவொன் மனத்தில் ஈசனை நல்வார்க்கும்

தீயென்று பதறா தேட்டை மடைமை

தனிக்குந் தளிரெனவே வெல்லும் சிவன்தடி

அச்சமென்ற குற்றம்பிற நச்சொல்லுக்கு இரையாக்கும்

இழுக்கில்லா சிவாயம் அச்சம்நீங்கி உச்சியேற்கும்

நேர்ப்படை ஒன்றேயொழுக்கம் பிறர்வாயிற் பாராததுநலம்

ஐம்பொறிகுற்றம் கழிந்துஓர் பொறியாய் நிற்பதுசிவன்

சூர்யா சிவன்

துணைக்கோடல்

நலனுரை குரல்கொடுக்கும் ஒருழூப்பை செவிக்கேட்டு

வாழ்வின் வழியொளிக்கும் மின்னும் சேருமடிசிவன்

முந்தைவினை தீங்கறுக்கும் மந்திமான் காக்கும்

பிந்தைப்பெரும் பலானாய் வரம்வார்க்கும் சிவஞ்சிறப்பே

அறனும் அரணுமாய் தன்னிழல் நிற்பதுநலமே

அஃது காக்குங்கவசமே முறிக்கும்பழி பாழ்படுமே

தாய்ம் தந்தையெனும் நெறியினில் மூப்பேரும்

பற்றனையே கொளளறமாய் துணையாக்கும் பெருமான்

சிறுமை சேராதே

காற்றொன்றோடு கரங்கோராது சிரந்தெளிந்து சிவனடிப்பற்று

பிழைவாழ்வு வெறுத்த சிவதாச நிலையெழு

மோகமடையா முறைநின்று சிவதாகம் நாவொழுகும்

புறம்புகழும் நோய்முறித்து சிவாயம்நாடி நொடிவளர்த்து

தேன்சொட்டிக் கிடக்குஞ்சிவ சுவைப்பருகா திருக்காதே

அச்சமென கொடுங்குற்றம் லிங்கவணக்கம் பெறும்பேறு

மனந்தாழ்ந் தொன்றுஞ்சிறு மைநோக்காது அடியேப்பெரு மைகருது

எச்சமெனமண் கழிக்குமுன் செழுமைப்பேணும் பேரான்மையன்

செயலாடல்

மழைத்தூஉம் அண்டக்கோ மனங்குளிர்த்து விடியலுணர்த்தும்
செவ்வொளி வணங்கும் பிறைமேல் செழுமின்னும்
அறநெறி ஆதிஆகாச முப்பேறும் ஈசனிடத்திலே
இறையாண்மை தொடக்கமுடிவும் கார்நிறத்தான் இடத்திலே
காய்ந்தமனங் கசியா வாழினன் நிறையாக்கும்
இடையூறத் தீமையுண்டோ சிவம்மீண்டு வாழஉய்க்கும்
சிவசெயலாடல் மாத்திரமே வினைஉலகு பிறப்போலி
மெய்தெய்வம் இணையும் நற்செயலாடலே வளர்ப்பான்சிவன்

வலியறிதல்

தோன்றுகையில் நன்நிலை மனங்கொடுக்கும் சிவனறிந்து
மாகாக்கும் வான்மனம் உணர்த்தும் சிவன்
தன்வலிமை ஆராய்ந்து சொல்லொன்று நின்றும்
தன்னுயிர் இறுக்கும்வலி மைசிவச் சொல்வலிமை
மொழியா உயிர்க்கும் கருணையிரும் வழிசிவன்
தான்தோன்றா மையிலும்வலி யுடையார் வழுவேற்கும்
ஆகப்பெறும் செல்வமாய் சிறிதாயினுமேன் சிவமாய்நலம்
தன்வறுமை வலியறிதல் அஃதூஉம் அறிதலில்சிவன்

சூர்யா சிவன்

வெற்றியாக்கல்

சிரங்கொய்யும் சினம் சிந்தைப்பாயா பகையறுக்க

கரங்குவியும் ஈசனிடத்தில் கடைவிழி வெல்லும்

புழுவேனும் புலிமாயினும் பாயும்கணம் காக்கவேனும்

பெறும்படை ஒற்றைநிழலுடன் நிற்கும்அஃது சிவவொளியே

கூடம்பும் கூர்வால் உள்ளானைக் கிழிக்கும்

ஆஃது மின்கணம் அருள்நிலை ஆற்றல்சிவம்

நாற்திசையும் பகைநின்றும் புறம்புநிற்க மனந்தேயாது

நெஞ்சுரம் திண்ணமாய் வெற்றியாக்கல் வழிசிவன்

காண கிடைத்தல்

நடுநாநின்று மறைமுறையும் நோக்கமெங்கும் காக்கஞ்சிவன்

நிசியேனும் வேண்டிடர்தன் முன்னேயிடர் அறுக்கும்

எப்பசித் தோன்றிடினும் முக்காலமும் மனத்திலே

விறைப்பேனும் கரியேனும் பாராதுப்பற்றிய உடல்சிவன்

புகுமொளித்திசை யாவுமே நிற்பதுசிறப்பு யாங்குமேசிவன்

காற்றின் சொல்மொழி முடியும்முன் வினைக்கும்சிவன்

நோக்கவான் வேண்ட மனத்தில் அருட்ஜோதி

கைவணங்கும் முன்னே காணக்கிடைக்கும் சிவன்

தெரிந்து தெளிதல்

யாதென்றும் அணுகியாராயாது மட்டுமே சிவன்

    கடைவிழி தொலைவும் கடையிலுங்கட்டி நிற்கும்

நட்புநாட புத்தியும் மெய்யறிந்துஉயிர் சேருமேசிவன்

    பிறர்மனந் தீமைக் கொல்லும் வெண்ணொளியே

சினமறியாது சிரம்குணிந்தார் சுமைகுறைக்கும் சிந்தையான்

    மனங்கனக்கான் தீஎண்ணம் தூளாக்கும் தூய்மையான்

எச்சித்தம் பூண்டெனினும் பக்தித்தெளிந்தார் மனத்தில்

    கண்மறைந்தும் தெளிதல் எண்ணத்திலே சிவன்

தெளிந்து வினைநாடல்

செவ்வினை செங்கோலிடத்தில் மனந்தெளியுமது ஈசன்கையில்

    தன்வினை மெய்ப்புர பக்தியறிவறிந்து பிறைநாடு

தீந்தன்னோடு முடியாதுநன் வினைப்பயக்கும் மனத்தினுள்

    தடுமாற்றாம் வினைக்காது அவ்வினைஉயிர் ஆக்கும்சிவன்

வெல்வினை திசையெங்கும் மேற்வெல்ல சிவன்

    அறிவினை ஜோடிக்கும் மாயைமங்கும் எண்ணிலவன்

கடுமுழைப்பு கண்டாயினும் கண்கனங் காத்துநிற்கும்

    சேவஉயிர் யாவிற்க்குமாய் வினைக்கும் சிவன்

சூர்யா சிவன்

சுற்றஞ் தெளிதல்

சாற்றுநீர் உடையஉயிர்க் கொடையாக்கும் திருகரத்தான்

    பற்றியஒருவர் யாரில்லை நோக்காதன் அருளாக்கன்

இன்பொருள் யாவனைதும் மழுஇழுத்தும் சற்றுமயரான்

    சுற்றஞ் சுடராய் யாவுமதனில் நடுவொளியன்

குளிர்த்திசை வீசும்யாவற்றிலும் நிறைப்பானருள் பிறையன்

    வாழ்வளித்தலே உய்த்ததவமென எண்ணுதான் மறையன்

சதைத்திண்ணும் உயிருக்கும் பொருளளருளும் சிவன்

    அவனையுணரும் யுத்தித்தெளிந்தார் கார்விழியில் சிவன்

நினைத்தல் நித்தம்

கோடிபாரம் மேற்தலை மறந்தும்மறவா நினைக்க

    பேறுபல நிறைநிம்மதி வணங்கியே ஈசனை

வலியாயிரம் வலிக்காது வலிக்கும் பொச்சாமல்சிவனை

    சான்றோர்ப்பொற் சொல்கேட்டும் கேட்க்கும் ஈசனை

நான்மறைத் தெளிந்தும் பயனிலப்பயனே மறவாசிவனை

    நான்னென்ற நிலைமறந்தும் மறவேன் நிலையானவனை

பசிவயிறறியாது நாதாகம்துவளாது பாசுரம்மறவாது சிந்தை

    நாசிமறவும் சுவாசம் நிற்காது நினைக்கஈசனை

செங்கோன்மை

அம்மையப்பன் தவறாசிந்தனை பிள்ளை யவருக்கும்சிவன்

மாமக்கள்வழிப் பாதை பசுமையாப் சொங்கோலன்

பசிப்பிணியறுத்து பயிர்ச்செழித்து நிலைநீர் நிலையாக்கும்

படைவந்தும் மனம்வணங்கும் காக்கும் ஈசன்

வேதாந்தம் நிற்கும் சொங்கோல் ஞானனவன்

எத்திசையும் இழுக்கும் மைய்யில் நடுவன்ஈசன்

நிறையும் செழிக்கும் மழையும்பொழியும் உறையுமிடத்தில்

வணங்குமனமும் ஞானமுஞ் சேரும்வாழ்வும் பிறையன்

மென்மெய்

பக்திக்குமெய் மலர்வேண்டிடா போதும் மெய்ப்பக்தி

பொன்மலை விளைத்துப் பாரநேரா மனத்திலேமோட்சம்

காணிகொடுத்து வேண்டிடவரம் நிலைக்கும் அன்று

கைங்கனி தந்துகனிவு மனங்கொண்டு சிறக்குமென்றும்

முழுசெரித்து பாதியுணர்தல் பக்திப்பாதை வழிமறக்கும்

பாதிசெரித்தும் முழுவும் வழிமுடிம் அதுசிவனில்

நிறைமதியும் கொண்டு சிந்தைசினம் அதுபயனில

நிறைமனமும் வாழ்த்தி வாழ்வுமென் மெய்யாய்சிவன்

சூர்யா சிவன்

தடையாளன்

மென்னொருங் குற்றம்புரிந் திடினுமடக்கும் சிவன்

இறைமை ஊற்றிமனந் தெளிவிக்கும் அகமவன்

மண்காக்கும் உயிர்யாவிற்கும் நல்லுணவாய்ப் பலியின்றி

ஆத்மம் முழுதும் குற்றமெண்ணா மனத்தில்சிவன்

கொடினும் கொடிதாய் அடிமைக்குற்றம் தடையுமாய்சிவன்

கொடியேறும் உச்சக்குற்றங் கடித்தவேந்தன் சிவன்

அணுதுகளும் காக்கவொர் பிறப்பிலுமிடர்க் கவசமுமாய்சிவன்

தவங்குற்றங் கண்டாலும் பாவம்தடை யாளன்சிவன்

மெய்க்காட்சி

முகமதில் சுழியிரண்டும் சொர்க்கம் அதனிலென்றும்

புவிநிலைக்கு மெய்சாட்சி கண்ணோட்ட முமவன்

விழித்திரையில் மேல்கீழாய் விழுந்திடினும் உருவம்

மாக்கள் பெருவாழ்வின் நிலையில் மனசிவன்

தோற்றம் மாறுங்காலம் பலவானாலும் தோன்றும்

காணும் கண்ணினிக்கும் தேன்வடிவாய் நிறையும்

மண்வாழுங் காலம்மறையா நிலைக்கும் சிவன்

மனம்வாழுங் கால மெய்க் காட்சியாய் சிவன்

ஆள் கொண்டான்

சுற்றுந்திசை சுழலா நனிநெஞ்சம் ஆட்கொண்டவன்
எத்துணை இழிந்தும்நிற்குந் தூணாய் சிவாயம்
ஒற்றொருப் பார்வைதனில் முழுவீச்சாய் உச்சிவிரல்வரை
மறைதளத்தில் தெளிந்து மறையாது முறையும்
எச்சொத்து குழைந்தும் களையாதிருக்கும் பற்றின்மேற்சிவன்
தாங்குமுயிர் மறிக்காப் பிறழும்நா நமசிவாயம்
உயிர்த்தோற்றும் பற்றினார்க்குப் பிறக்கும் சிவன்
துளித்தந்து புண்ணியமாய் உயிர்மடியும் இடம்சிவன்

ஒளி நிமிரல்

யாவர்நீங்கியுமே தாழ்ந்துதளராது தடியாய் நடுவொளி
மாகுற்றமாய் ஊக்கங்கெடு மனமழுக்காறு நீக்கிநிமிரும்
பெருந்தோல்வி உயிர்க்கிள்ளியும் மனந்தேயாது ஊக்கும்சிவன்
மூச்சுக்குடில் போகுநிலையினும் தன்நம்பிக்கைத் தள்ளும்
ஒருபேறு தவறியும் ஊக்கப்பேறு நிலையாக்குமொளி
எப்பெருங் கோல்குத்திய முயிரிலே சிறக்குஞ்சிவன்
எவ்விடர் தடைக்கொண்டும் ஒப்பில அருளுடையான்
நின்நிழிலொழுகி வாழ்வுமவன் ஒளியிலே நிமிர்த்தும்சிவன்

சூர்யா சிவன்

மடி இன்மை

பெருங்குடித் தோன்றியழிக் குமாய்சோர்வும் கொல்லும்

உதித்தமாண்பு தளர்த்தி சோம்பல் நெறிஉயர்வும்

குலத்தின் கேடினனாய் தாழ்ந்தமனம் துறத்தும்

முன்தோன்றி பின்தோறும் உயிர்பிறவி பாடமாய்சிவன்

கொடிவேந்து கொண்டும் சோர்வு படிகவிழும்

வாழ்வுநிலை தடுக்கு மடமைமடியும் புருவமைய்யில்

வான்நோக்கும் கண்ணில் மனந்தோய்வு தெளியுமுருவில்

மனங்கொடுத் துயிர்வளர்க்கும் வினையிலே முக்கண்ணன்

ஆழ்வினையன்

முடிக்கொண்டான் சிரங்கொடுத்து அறிவேற்றும் வெற்றியருளன்

சினங்கொண்டு சிந்தையிழிக்கும் நிலைமறக்கும் நல்வினையான்

நல்லகங்கொண்டு பிழைப்புறன் கழித்துவடிப்பான் தெளிந்தவன்

போதுமொன்று தடையிடாது போதனைவழி நிறுத்தாதவன்

பொருளொன்று இனிக்குமவன் இனமானயின்னல் தடையன்

புகழொன்று பெருக்கிவாழும் மனத்தில்நிலை யானவன்

செயலொன்று நிழல்நின்றுபகை பிறட்டிவினைக் காப்பான்

ஆள்துணையில மொழிமானங் காக்கும்ஆழ் வினையன்சிவன்

இடுக்கண் இடரும்

சூழ்ந்தஇடர் திகைக்கும் பார்வைதிசை சிவன்
சுருண்டு துவள்ந்த மனமூன்றும் இடரொழியும்
பாயுமின்னல் விலகும் மின்னல்நொடி வீச்சுதனில்
பகைத்தொரு நெஞ்சம் நிமிருமுள்ளக் கீர்த்தி
சினக்கேடு நகையில் நழுவும்பொன் னுருவில்சிவன்
துன்புறுமனம் எதிர்க்குந் துணிவு ஞானம்சிவன்
உடற்றொன்றில் பிழையிழுத்தும் மனம்வீழா அகத்தான்
உயிரொன்றில் இடரெதுமிடரா எண்மையில் சிவன்

அமைப்பான்

யாதொருதரி சனமுஞ்சிறக்கும் கண்பார்த்து வியந்து
மணிப்பாரா பக்திகொண்டு மணிகாத்துப் பெறுவாழ்வும்
அறந்தெளிந்து பாசுரமொழி வழிந்துநாவில் போதைனை
மனங்கொடுத்து மனமிழுத்து வாழ்வுதரும் அய்யன்
சிவநெறியுணர்ந்து ஆற்றல்ஞானம் புரிந்து துயர்தூற்றும்
தடைநிழல கற்றிவொளி வரும் தடங்கூடிநேரே
நீதிவானன் மனங்கேட்டல் அறித்தெளிந் தூரும்
மதியேறும் பெருமைக்கூற நெஞ்சமமைப் பான்சிவன்

சூர்யா சிவன்

மொழிக்கொண்டான்

சிரமேற்சிறந்து நாசிறுத்துளியும் மாமொழி சிவாயம்

    எதிர்க்கேட்கும் நல்லதிர்வு மனங்கேளும் சிவாயம்

சபைவித்தக வீற்றாரும் வியகந்திசைக்கு சிவாயம்

    செயலறியாச்சிறு குணமிருந்து மறந்துகேள் சிவாயம்

பகைநெறுங்கி நெஞ்சம்நா சுருக்காவன்மை சிவாயம்

    பகைவேந்தும் வந்துமடியும் சொற்பாரசுரம் சிவாயம்

பிழையில்லா பொருள்பாடி மனம்நிலை யாக்கும்சிவாயம்

    புறமுணர்ந்து வெல்லும் சொற்மொழி சிவன்

இறை வினை

மண்பதியுமுயிர் யாவும்தானே உயிரும் சிவன்

    நஞ்சுண்டிடினும் ஏராத்தீமை மனத்திலே இறையன்

குறில்நெடிலாய் வயிறுப்பெற்றும் வாடாது ஒலிக்கும்

    ஊசலாட்டம் உயிரும் நிறுத்தாது மொழிக்கும்ஓம்

காரிருள்விடி துன்பத் தடையில் நடுவெளியான்

    கதிரொரு திசையினில் அல்லயாங்கும் விழிமுன்சிவன்

வரவேண்டிநூற் றாண்டுபாடி யடையும்நின்னை சிவலோகம்

    தசைநகம் வளர்த்தி அடையும்யோகம் இறைவினைசிவன்

வலிமை கொடையாளி

ஆக்கமொன்றினில் சிறப்பதன் மனவலிமை அதனில்சிவன்
முனைப்பு சிரமேற்குடை யாக்கும்நெறி யாளன்சிவன்
வலிபாதியார நிந்தும்வலிமை முடிவறியும் முழுதுமாய்
சொல்லாடி எளியசெயலாய் நன்றுபுகட்டும் சிவன்
கடுகுருவுகொாண் டெனினும்சிறுக் காதவலிமை அருளான்
தெளிந்தொரு வினைவரைவில் வெற்றியும் சிவன்
துன்பமுதறாய் முன்னும்பின் நோக்காதுநெஞ் சத்துணிவில்
செயல் நில்லாமன வலிமை கொடையாளிசிவன்

செவ்வினையான்

செய்கநற் காரியம் சிவந்தெளிந்து விரைந்து
சிவசிந்தை கொண்டஞானம் காலமேற்று நல்கும்
உள்ளோர் சூழிற்சிகுழிப்பம் நீக்கித்துணிவும் ஏற்றும்சிவன்
அஃது குறைச்செயல் நேராநிறை கழில்சிவன்
நடுந்தொடர் முன்னேயொழுகி கற்றானவனை துணைகோடு
உள்ளுரைப் விழியறிந்து தீங்கொன்று சிறக்கும்
உடையென பொருளும்இருந்தும் வழிமுன்னர்திசை செயற்மேல்சிவன்
சிறுமனமகற்றி முழுவும் செவ்வினை யான்சிவன்

சூர்யா சிவன்

பக்தி நெறி

தன்மனத் தூவல்மலர் உதிரியாய்தன் பால்வணங்கிநந்தி

அகந்துறக்கும் செவ்வினை முறையாடிதீ தகர்க்கும்நந்தி

தாய்மையன் மனமுணர்வும் ஒற்றைத்தூத நெறியில்நந்தி

பார்வைப்பல வீசும்கற்றை கீற்றாய்மென் புகுத்தவல்லநந்தி

இடரெனஇரை மடி விழித்துடிக்கும் கூன்தாங்கும் நிமிர்த்தும்நந்தி

துன்பமழியும் சொல்லாய்ஓம் அவனடிக் கோடும்நந்தி

ஒளியறிந்து தக்கப்பயன் தெளிந்துதூரும் சொற்றுளியும்நந்தி

அண்டத்தன்செவி நுழைந்தேநிழல் நெறியினில் நந்திசிவன்

இறைப்பதம் அறிதல்

ஆதூய்மை மனமழுக்காறு நீக்கிச்சேரும் பேறும்

அகத்தின்கரு தெளிந்துநன் மொழிஓம் நற்முறையும்

ஆகமநெறிவழி மெய்ருகிவிழி மொழியும்நீர் காக்குஞ்சிவன்

உள்ளத்துப்பூசல் அழுத்திநேர் பதியில் உணரும்சிவன்

காணப்பெறும் பெருநிழல் வணங்கக்காலங் கழியாசிவன்

பிறவினையேற்ற மரபுமறக்கும் சிணுஞ்செயலில பண்பில்

பிறைதுடிப்பு அறிவிடத்தில் தான்கொனார்ந்த பாசுரஞ்சிறக்கும்

பரமபதங்களை இறைப்பதம் அறிந்தொழுகி நிலைக்கும்சிவன்

விழி நேர்த்தி

வருந்திவரு கலிங்கிவிழி இன்னலுணர்ந்து மேடேற்றும்
நின்றமுந்தினிரு ஒளியினிலே துன்பந் துறந்தும்சிவன்
ஒழுக்கவொழுகி அகநெஞ்சினில் பக்தியுமிமையில் சிவன்
குறிஉருவென்றும் பார்வை மொழி அறியும்சிவன்
தன்னொனாரு ஈகைநீர் வழியாநற் பயனருள்வான்
விரைந்தே செய்கர்மம்நற் மனத்தின் இன்பன்சிவன்
ஆனந்தனடி பணிந்தொளியினடி வணங்கிவிழி வலிப்போக்கும்
நாமொழியுமில விழிநேர்த்தி குறைகளைக்கும் சிவன்

வணங்கல் நெறி

அகச்சுத்தும் இனிமையாய் பொதுமறை பலிதமாக்கும்
மண்ணுயிர்ச் செழிக்கும் பதியினிடத்தில் தீர்க்கம்
சான்றோர்நயன் பாசுரமொழி வொழுகல் சிறப்பேற்கும்
செவிநூறுள் நன்னாசப்தமென் மனவேண்டும் நடுவான்
சிறக்குமொழி எள்மாறா புலவர்ப்பொருள் போற்றும்
மேற்தூவிஉள் குளிர்த்துமலரும் நற்மொழியில் ஓம்
ஆகமகநுழையிலலனும் நுழைந்தோர் மனங்கடுக்க வேண்டாமனம்
குற்றங்கடிந்த நெறிசிறக்கு முன் மெய் யான்சிவன்

சூர்யா சிவன்

சொற்தாழ்மை

அகங்கூற்று சொற்தெளிந்து மானுடப்பறிந்து போற்றுஒம்

நாயன்முன் சிவச்சொற்பதி வித்தகுஞான அருளான்

மெய்ப்பாடு அறிவறிந்துநன் நிலையெடுக்கும் பொருளில்

மொழிகரு உருவாய் யெச்சொர் ஓம்தரும்சிவன்

அஞ்சொரு எழுத்துமஞ்சா பிறழநா வினில்சிவன்

ஒருசொற் தவறுநிற்கா புகழ்கூற்று சிவன்

மனமொழுக நிம்மதிமதி ஒங்கும் ஞானம்சிவன்

மேற்குவிவிரல் புகழ்தாழா நன்மொழியன் சிவன்

மண்முழுவன்

நீர்ப்பார் முழுவுமவனே நிறைசெழிக்க செய்தருளான்

கண்திசை கமழும்பக்தியும் ஞானச்சொரிவும் மணப்பான்

கறைமேடு பசுமலைமழை கொஞ்சுசுனையும் நிற்பவன்

திரையிடாச் சொர்க்கநிழல் நேரேத்திரவும் மனலோகம்

மாமக்கள் இறையறிவும் செய்யுள் யாவுமவனே

தூய்மைவையகம் முழுவும்இறை மாண்பும் நின்உருவும்

கோளும் ஒரண்டவாழ்வு இணையொழுக்க விசையும்

சிறந்தொரு புவியில் ஓர்மைய்யில் அண்டம்சிவன்

மதி மதிலன்

அறம்பெரு அரண்தீந்தள்ளும் அகங் கொள்ளும்
வழிகலங்கும் பிழையுமேறா காக்கும் இறைமதியும்
கூடினத்துயர் உடனுயிர்த் தீண்டுமுன் முறியும்யூகம்
உள்ளூர பகைக்கிள்ளுந் துணிவு நெஞ்சில்சிவன்
இணைந்தொரு பிணியிலபசி அகற்றிநகரா செழியன்
நுழைந்தொரு தூய்மையும் நிகர்நின்றே நிரந்தரன்
ஊன்றொரு கோளும்நிற்கும் மனஅரணாய் நெறிகாக்கும்
மனப்பதற்றும் மனஞ்சரிவில்லா அகம்மதி மதிலன்சிவன்

பொருள் பண்பன்

அகந்தெரியும் முழுதும்செல்வம் அருளும் போற்றும்
வலுத்துப் பெறும் வாழ்வுநிலை கலங்கரையாய்
எதிர்முன்னும் நிற்குங்குரல் முடங்கக்காணும் இறைமாண்பில்
செருக்கென இல்லை தீர்வும்பொருளும் உடையவன்
தேடிவொருவலி வாராரான் முகத்தான்நகை செல்வன்
குற்றமில்லாச் சேருமினிந்து உழைப்பில் சிவன்
நாடியோர்மனம் நாடியறிந்தும் அருளும்பண்பும் பிறைமதிசிவன்
மூச்சுயிறுக்கும் சுவாசமுழுதும் நிறையகத்திலே சிவன்

சூர்யா சிவன்

ஆனந்தப் படை

வானெங்கும் மகிழ்துளி புவிய டையுந்தெனில்

மாமக்கட்ப் படைக்நகை நெகிழசேர்ந்து ஓம்ஒளி

அழிவிலான் யணைப்பான் சிவநெறியருளான் ஆனந்தமயன்

கடையெனயிடர் முன்யேறி நம்பிக்கை ஊன்றுகோல்

திரண்டும்திரல குவியும்லோகம் கண்டெங்கும் வழிநிற்பான்

இன்பமுறுவல் ஓயாமனம் கேட்டிசியையும் செழுநெஞ்சான்

கொடிமண்முழு ஓங்கிவீசும் ஓம்விழிதிசையும் காளையன்

கங்கைப்புண்ணி நிகர்நீரும் ஆன்ந்தப்படை சேருமடிசிவன்

இறைக்களம்

குமரிக்கடுந்து அலைமறித்தும் ஊர்கலக்க மில்லாஇறை

திங்கள்இறந் தினும்மறையா ஒளியினில் அண்டமே

கோலெய்தி பிடிந்தும்நெஞ்சம் மனங்களத்தின் இரைஇறையே

விண்கடந்தும் வித்திருக்கும் வீரபாசுரப் பதியும்

பொன்புகழாய் நாடிப்பெருஉயிரும் கரமேந்திஒளிரும் திருடிவில்

சினந்துப்பாரா இறைமிகை அகத்திலே சிறந்தான்

மூச்சினனுக்கே மூர்ச்சையுமேய டையநிலை கர்வக்களத்தில்

பொய்யில்லா மெய்யேமொழி டிகறன்இறை உள்ளம்சிவன்

இனன்கண்

கூடுசிறக்கும் சிவக்குடிச் சேர்ந்தே துடிக்கும்

    கரைநடுக்கன் துடுப்பாய் கரங்கோர்த்துத் தேற்றும்

தரணிமேற் முழுவுந்தரிசனம் உள்ளஉயிரிலும் நிறைப்பான்

    ஒருத்துணை ஆலந்தூரணாய் யெழுமெழுத்துச் சான்றோன்

நெருங்கி யிணையயாவும் அணைக்கும் நல்லன்

    ஒன்றுணர்வு தவிக்கும்அடி நில்லாது வார்ப்பான்

குருதிநீரும் வடியாநின்று மூச்சாய்வேரடி அண்டவுயிரும்

    உறவுதெளிந்து உயிர்மேற் மெய்யாய் இனன்கண்சிவன்

நெறி தெளிதல்

பிறப்பினுள் தலைநாடும் நனிபண்பும் ஒருங்கேசிவன்

    தனிவொன்றே தனியும் தீந்தீக்குளிர்த்தும் மாசற்றான்

நடையறிந்தும் நிலம்சிலிர்த்து அகஜய்யமில்லா அடிநடுவன்

    சிந்தைத்துறந்தும் விந்தை விதைக்கும் வான்விருட்சன்

ஒர்ப்புள்ளிமை ஒன்பதும் நாவுஞ்சொல்லி ஒம்காரன்

    ஆகாயத்தோன்று மண்டமீனி அதன் விசைவிதி

நாள்வரும் முழுவுங்கடலே அமிர்தம்வாழ்வும் பணிக்குமாய்

    உணராஓய்வும் மூர்ச்சையும் நெறிதெளிந் தடியில்சிவன்

சூர்யா சிவன்

ஆதி நீட்சி

முத்தொருமுதற் மிண்ணுமுறைந் தேயுகமாகியும் ஆழியன்

    ஆற்றுக்கடல் நெருக்கந்திருந் தீராமனஉலா அகநீங்கான்

திங்கள் காலம்நிலைத் தொடர்ந்தேனி முழுமூச்சும்

    கூட்டில் குறைப்பொருட்டா நகஞ்தசையாய் பிணையாளி

நேராஅழி வொன்றழியும் பூயினுள் நிலையான்

    ஈரழூறும்நீரும் யெழும்பும் பெருமலைவணங்க பெற்றவன்

மறையாவொன்று கதிராய்நூலும் மறையுமாய் நிற்பான்

    நொடிமுதற் நிதம்சினை செரித்தாற்பின் ஆதிநீட்சியாய்சிவன்

நலன்

ஆத்மானந்தம் செய்கபக்தியும் தாங்குந்தோளும் பெரும்பேறும்

    புரமோர் நற்புலனும் கொண்டுதரும் மனங்கற்பவன்

தாமடையும்நகை பிறர்இசைவினில் நேரின்பம் காணுமனம்

    பலிக்குத்தி தீஞ்சொல் தாக்காநெஞ் சஞ்தனில்சிவன்

சாத்தியமொரு விழவான்மீனும் விழிவிழா காணச்சிறந்தான்

    களத்திலோர் காயம்நேரா நேரேநின்று மறைமறையன்

பொழுதுகழிக்காது துதிமொழித்து உயிர்கடன் கரைக்கும்

    சீராய்யின்பம் ஓங்கியேநிற்கும் விதியுமேற்று நலனும்சிவன்

உயிர்க் கூடல்

இருதயக் கூடொன்றாய் உயிராய் மூச்சும்மனத்தும்
உடையான்பக்தி திருநீறாய்த் தழுவும் கரையுந்தேகம்
ஒத்தொழுகும் நெறிக்கரப் பண்பும் விழையுமிடம்
துரும்புருவாய் வாழ்வும் பெருங்கொடை உய்த்துணர்வும்
சீர்ச்சுமையாய் நகைவேந்தும் சூடுமணியாய் அஃதுசிவன்
கதிர்வரியும் ஞானந் தாங்கியும் வணங்குஅடி
பாடில்லாதொழு கைஒருகணந் தவிறாநய மாய்வளர்வான்
பக்திப்பாரா மனவலிதுறந்து உயிர்க் கூடலாய்சிவன்

ஞானப் பெருக்கல்

நற்சிந்தைத் தோய்யா சீரமையும் ஆற்றலறிவும்
ஒன்றே விருப்பம் பதிப்புதிதாய்த் தேற்றும்நெஞ்சில்
பேணுமன்பாய் தாய்சினையாய் வளர்த்துங்கொடிப் பாசமுமாய்
பெருக்காய்நேசம் முழுதாய் பதியும்பெரு மிடம்வளர்த்து
கற்கக்கற்றும் ஓதிப்பெருத்தும் ஞானம்விழையும் தேடுங்கற்றவனை
உணர்ந்தமுற்றும் முற்றில்லா வானத்தானை மறையேற்றும்
நிறைந்தகம் யாவறியக்கனிச மேங்குமுணர்வும் உலகுணர்த்தும்
ஆதிச்சான்றோன் இடமடிப்பற்றி ஞானப்பெருக் கலாய்சிவன்

சூர்யா சிவன்

சிந்தை ஆள்வான்

யாவில்லைகவலை ஒன்றுண்டு வருத்தமில்லா சிந்தை

தவத்தின் பலன் ஒருயுகவாழ்வும் செழிப்பாக்கும்

பிறப்பண்பால் நெகிழாநெஞ்சம் தன்பக்திக்கொடை யால்சிறக்கும்

ஒவ்வொருவினை நயம்நிமிர்ந் தொளிக்கும் நெறியாளன்

தன்குற்ற மெய்யுமுணர்ந்து நீள்பெருவும் தேற்றும்

பொருளுண்மை நோக்கிவாழி உயிருமுதவும் வழியாதாரன்

தன்பால்கண்ட பெருமொளி பொறிமாறா நினைவனைத்தும்

அறிஒன்றும் ஐந்தெழுத் தொழிவேசிந்தை ஆள்வான்சிவன்

இகலிலான்

புவிஉருவும் மாறியும்மாறா எண்ணயேட்டில் மறைநிற்பான்

துரும் புசிறுவும் மாறாதுணர்ந்து ஆதிமுதற்றான்

நோய்மைத்தவிற்கும் வலுவன் துணையாய் ஊறுமுதிரம்

தொலைவானும் நெருங்கிமாறும் மாறான் நல்லன்

ஊசிப்புள்ளி கலங்கமில்லா பக்திநாட்டம் உள்ளம்

முறையொரு உள்நெகிழ்ச்சி ஈகையும் பற்றன்பக்தன்

புகழ்புகட்டியறியுஞ் சித்தம்பெற்று விடாமறையாதும் முறைமாற்றான்

பெறுங்கூடி உயிருமடையுங் கதியேநீதி இகலிலான்சிவன்

இன்ப மாட்சி

தானினையே எவைஉயிரும் கீழும்சிறக்கும் வானுமருளும்

ஒவ்வுயிரும் அடிபணிச்சாயும் மனமுனக்கே சிரச்சிந்தை

சுற்றஞ்சுழலும் ஆன்றோர்சாயா புண்ணியவிதமே மெய்ப்புகலும்

தசைஈஉகையும் வாழ்வில் உணர்நிலையே ஏற்றந்தரும்

வலிமைமனத் திலுடைநிலையே களிப்பிலை சேரும்மடி

திண்மந்தூணாய் நினைவும் நனையு மென்பனியான்

நூற்வேதம்பல ஏரித்தலையாயப் பேறும் நின்பொருளன்

குணம்நலவும் மதிநிறையாய் நாடியின்ப மாட்சியும்சிவன்

இறையடி தெளிதல்

விதியொருவீதம் ஞானமறிந்து நுண்ணறிவு தெளிவித்தான்

உயிர்வலிமைக் கூடாவிடத்தும் துணிவு வாழ்விளக்கும்

நெஞ்சப்பகை துறந்தின்பச் செருக்குதவச் செழுமை

கடையும்நின்று முதற்முடி வழிநீக்கு நிலையான்

மாக்கள் நகைநவிழிதன் முழுதும்சுமை வலியவன்

வான்பாடும் புகழிமதியான் பக்திநேரே வான்ஈஉம்

முடிவும்வேதம் முன்விளங்கன் பின்அண்ட சித்தாந்தம்

தலைத்தோங்கவே தலைத்தெளிந்து சேருமிறை அடிசிவன்

சூர்யா சிவன்

உள்ளில் உய்த்தல்

ஒருதளநீரும் விரைக்குழச்சும் உறுஞ்சு மிடத்தும்

கணங்களிப்பில சீர்மை நவிழும் நயஉட்சிந்தை

காவாதிருப்பான் தன்மைப்படரா பிறமைவாடி நல்நெஞ்சம்

துதியுமகத்தில் ஒதும்ஏயாப் பொழுதும் சிவன்

புறம்பலவும் புகழுடை புகலுமறையா யொளியன்

ஆட்கொண்டப் பற்று ஆத்தமஞ்சேரும் வானடையன்

சிறுங்காஆளும் குரல்துடிப்பும் புனரும் புண்ணியம்

எள்மாறா உதியுங்கோடி கழிந்துநின்றே அருளன்சிவன்

வேதன் நாடல்

கசிந்தொரு கண்நூறுங் கூறும் மொழிப்பொருள்

இடமிடை யிடராப்பெருந் தலைத்துளி கரைத்துநீரும்

பொழுதுவேண்டி கணங்கலங்கும் சீராட்டுஞ் சித்தம்

அழையும்பதியும் அழையா நுலையும் நிதழுமுகம்

வேர்வரித்தாக்கம் நுனியெறும் சிரந்தாங்கும் ஊற்றான்

நிழல்கோடி நிறைந்து நிம்மதி யருளான்சிவன்

உயிர்நெறி தவம்முழுவும் திருநீறுந்தவரா இன்முகமும்

யாகமாயிரமும் மறையோதுந் துதியும்நாளும் வேதன்சிவன்

புறம் புணராது

மையம்மை நகர்ந்துநாடும் நின்றெண்ணம் கைக்கோல்

ருத்திரந் தவிர்ந்து பொன்வழி நோக்காவிழி

விசைஇலகு நடுங்கா நெஞ்சவிசை மட்டும்நேரே

இறங்குபிம்பம் புவிஇறங்க நினையா வீச்சுமுழுவும்

குளறாநா நவிழுமே யொழுக குவிக்கைவரமே

இணையுமகம் இரவாப்புற மெழுந்துடிப்பு நுனிஅடியும்

உள்ளில்செருக் கின்பம்வோடி எட்டும்திசையும் தீண்டாத்துறவு

அசைந்தேகம்   தீப்புறம் புணராநெறி தவமையும்சிவன்

உயிர் நெறி

மண்ணடிக்கழிந் தனநீக்கும் சொச்சமுடிவும் ஒட்டிநிற்கும்

அளவறியாக் புகழுமங்கி மயங்கா தவிர்ந்தகம்

பொய்ம்மை யுடலும்வேதன் தசைவரைய மொழுகும்

உருகுக்கிப்புற நோம்புமாய் நகருங்கணம் பெருவும்

கரைப்பொருட்டும் எண்ணமில்லா அருட்பொருட்டு ஏங்குமகம்

மேம்மானம் சிற்றெதுவும் விழையா பக்திசெழுமை

தோய்யாநாட்டம் சுருங்குந்தோளும் யெனும்சுருங்கா பதிவிடத்தும்

துடிப்புமெய்ப் பொருந்தி ஊதியமாய் உயிரும்சிவன்

சூர்யா சிவன்

மயக்கந் தாழ்மை

உட்கலந்தொளி பொறியிலக்கா ஆற்றும் சீரும்

சிந்தையெங்கும் நிமிரும்ஜோதி உதிர்த்துடிப்பும் அவன்

செரியுமுண்டு மெண்ணந் தொடர்ந்து பசியும்இறை

விழியாடா மயங்கியே நின்றொழுகும் ஆன்மீகசெழுமடி

மறந்துதேக முறுப்பும்மாறவா கணம் நினையுமகம்

தாழும்தொண் டைக்குழலும் நில்லாது மொழிக்கும்ஓம்

நுண்ணூறும் களிப்பறியேன் நெடுஞ்சாண் நிழல்தவமே

நெறிமன முடலுமே தவம் தாழாமயங்கிய விடத்தும்சிவன்

மெய்மை

கட்டில்லா பால்செழிமை காட்டியே நலக்கும்சிவன்

உச்சிலேறியடியும் நாடிஉதிரும் ஒலிக்கும்ஓம் குருவை

பற்றற்றான் ஒன்டொன்றில வையந்தனில் அகம்நகர்த்து

பிறழாதுடலும் மனமுஞ்செயற் பாடுநனி நாமொழியும்

கள்ளந்தள்ளி இழுக்கும்நல்லன் உள்ளில் நன்பிழைப்பு

கரையக்கல்லு நிழல்லானடிப் பணிந்து சிறப்பதுஉம்

முதற்உருழச்சும் வினைமுழுதும் சினைக்கொடி வழிஉயிரும்

நீருமவனுதிரமே நிறையுந்துடிப்பு தாய்மெய் யுஞ்சிவன்

உள்ஞூரல்

ஆற்றமுடியாத் துயரில்லா நினையவேஞம் அகத்தில்

கசப்பில்லா மருந்தும் உட்கலந்துடனே சீரும்நன்மை

மீறியளவுப் பணிக்குஞ்செம் மையே ஊறும்நீருமே

செரியச்சொரியும் சிரமிருந்தடியும் காற்றுங் காக்கும்

மறுத்துவிழுங்கா நாவிழுகும்ஓம் பேறுநினையா ஒழுகு

தவிராஉதிரச் சொட்டுமெழுந்து வணங்க அகமருந்தான்

எடைநேரயிடை முழுதும் நெறித்துளித் திருநீறுமையில்

கசிந்துவலியும் தேன்மருந் தாய்உள் ஞூரலாய்வன்

இறைக்கூடு

ஆகமந்தனிலும் இறைக்கண்ணும் எண்ணுமகங் கூடுஇறையே

நானிலந்தோர் பணியும் தாழ்ந்துச்சிரம் பதியுமடி

பெருகுவை பெருகுமிறை அகத்தான் அருளாளே

மறைமுழுவும் மறையும் உயிரும் உடனுறையும்

கவண்வில்லாவே இமைப்புருவமும் நோயும் கூடா

மாசற்றக்கேணி ஆழ்மனத்தில் நிறைந்து பக்திநெறி

நிலத்தின் ஆகமமாய் ஆத்மங்கலசமாய் நின்றான்

பாதங்கடக்கும் தடம்பேறும் இறைக்கூடும்சிவன்

சூர்யா சிவன்

மனம் மாடம்

காலமழப்பேறியும் நிலைச்சரணும் பெரிதுபேறும் நினைவும்

சீரென்றும்மானம் இடைவிரல் ருத்திரம் மைவேளை

சுருங்கித்தோல் உறையக திறவும்தவ வாழ்வுநெறியும்

உ_திராச்சொற் முதற்நா நுனிஒம் துணையான்

குன்றெனமேனி மதிசரியாச் சுவர்ஏறி நன்றருளும்

சிரமொருஞான அனையாய் போதனைபரவும் காக்கும்சிவன்

நழுவினில்லாப் குடிசிறந்தே தோரும் உருஉயிரும்

நலம்யாவுமே அகத்தில் சீர்மைமாடம் மனம்சிவன்

மை மை

விரல்தீண்டு மைய்யில் அகிலம்சிவகுடி பிறப்பிப்பான்

நனிநகர்த்தா நெஞ்சம் பதியுந்திலக மறியும்பற்றன்

தலைநின்றறியா வெண்மையன் நடுவே மூவுலகமும்

வேதாந்தம் கருத்துச் சொற்முன் நற்விளக்கம்

தொடுமிலக்கண டிகரன்மொழி தொடர்ந்தேமண் னும்உயிரும்

தாடியயடுத்தே அண்டக்கோலும் பிறஉருவும் ஈன்றஞானன்

மெய்சுடிற்சி சுழலுமனமா மக்களுமொழுகும் மெய்யான்

கதிருஞ்சுற்றி விழியேஒளி ஒம்மை மைய்யும்சிவன்

பொருந்தா அகை

குன்றிநிற்கா மனமகற்றும் மாறும்தீநாக்கு நன்னாவும்ஓம்
சாற்றொருநீரும் சிவாயமகத்தில் பழகும் நன்னடை
மதிந்தொரு காமழும்கொள்ளா நேசமும் பக்தியாசையும்
இறங்குமக மனைத்தும் புகட்டும்நன்று உட்கலந்துள்ளம்
பிழைச்செருக்கு செஞ்சுரமேற்றா சார்ந்தென்றுமடி நிழல்நிற்பான்
கடைவிழி சுமக்காசோர நடையகற்றி சிறப்பான்
குறுக்கு நினைவுமுறிக்கும் நற்றான்பணி தொழுதுமனம்
மனத்தின் குற்றந்தீயழி யும்பொருந்தா அகையாய்சிவன்

நானும் அடியேன்

பேதைமை போதனைநேரே கணவாழ்வு பெருவுமாய்
தாழ்மைமுறித்து தாழ்ஆயகங் கொடைவான் செம்மனத்தான்
பொறியேற்று புலனைந்தும் ஒழுகும் மனஆளன்
கண்டக்காற்று மொழியின் வீச்சுசேமற் விழிவொளியன்
குடையாய்பணியும் குற்றங்குறுக்கும் ஞானங்கடந் தெல்லையும்
பார்உயரம் மண்ணும் குன்றும் வெள்ளேறியவன்
தரைகொண்ட பேறுமகிழும் கங்கைநின் றெப்பதியும்
மாக்கள்நிமிரும் மலர்ச்சிவிழி குவிக்கைச் சுருங்கசிவன்

சூர்யா சிவன்

ஆக்கமித்தல்

மனஞ்சேர்த் தொழுகும்கொடை வாழ்வும் செயல்நெறி

காழ்ப்பொன் றேற்றானகைப் பணிவும் வீற்றகம்

பதம்நோக்கா வலிந்திழுத்து வினைச்சொர்க்க இன்பன்

அடிமலராய் விரல்பற்று ஒழுக நிறைந்தமனம்

துகளும் இழுக்குமனலும் குளிர்த்துவீசும் குளிர்வானன்

நாடிநின்றணு ஒரேசால் ஓம்மொழிக்கு நின்றான்

அணியும்றகை உரியான்நினைவு மின்னும் நல்லான்

சீர்மை நற்றாக மத்தான்ஆக்க மாக்கும்சிவன்

நாலிமை

புரைசூழாவிழி பிறையொழுக மையாய் உலகக்கரூமணி

உதித்தொரு வொளிமறை யாயாக்கை துடிப்பெங்கும்

நாணாப்பற்றும் பேரின்றும்பக்தி பேறொன்று நிறைக்கும்

கனந்தோள்மேற் குவியுமெலும்பும் நீக்கும் வலியவன்

தவருஞ்சான்றும் பணிந்தொழுகும் முகத்தான் அணியுடையான்

கிள்கலங்கா மகிழுமகத் துடைஅஃது உடைவுயிராக்கும்

விலக்கிநில்லா நெறியுணர்வும் மனத்தேழுள்ளும் விலகன்

நேரெதிரேநில் நில்லானு மைகநிறைந்த நாலிமைசிவன்

உய்த்தல் நெறி

உயிர்த்தேய்ந்தும் முற்றிநிற்கும் சிரம்யாவும் மெய்ஞானன்
    அசைவினையும் சிறுமையேக்கம் கனங்கரையா நெறியும்
தோன்றல்பிறவி மனந்தாடி யெல்லையும் எண்ணாதவன்
    காய்ந்தொரு நொடிநில்லாத் தாங்குமிறை யகஆளன்
பின்னுதிக்கு மெவையும் அடிசேரபிறவா உயிருள்ளும்
    ஒளிவிரிந்தும் மடிந்தும் நிறைந்தொலிஒம் மகத்தில்
மூப்புமிளவும் தாழ்வழியாய் நன்னெறி தலைக்கடத்தும்
    அசைநகந்தனியும் குவிந்தொழுகு மனம்உய்ப் பதுவும்சிவன்

ஆற்றோன்

உழுதாருமுலகு மிகும்நிறைந்து செழிப்பும் மார்புமைய்யம்
    தோள்வலி எருதுந்தாங்கும் அண்டம் மேலேஉள்ளில்
வினைப்பாழ் ஒழுகாஆகிக் யோன்மனங் கீர்த்தனை
    துவளாதுழைப்பும் கலப்பை மெய்மருந்தும் விளைஒம்
ஊன்றிவேரும் நீருமிறைப்பாய் வளஞ்செழுமை ஆனந்தகரம்
    முக்திக்கொண்ட முதிர்வுமிறை யாய்யொழுகு மொழுக்கன்
சினைவிழவாய் பிடரிஊற்றும் நிலைத்துளியுங் காப்பான்
    மயங்கப்பட்டினி இல்லா உற்றொழுகி ஆற்றோன்சிவன்

சூர்யா சிவன்

செழிப்பிழக்கான்

தேயாக்குன்றாய் ஓங்கியேறு மனத்தில் ஞானம்சிவன்

   வடியாஆழியும் வற்றாப்பக்தி உடல்நிறைந் தொழுகுமகம்

மறுமை மறைநில்லா நெறிதழுவும் சொர்க்கம்சிவன்

   பிறைநேரே விழியசை இசையுமகிலம் பணிவித்தன்

ஈன்றவன் ஒன்பதும் நாவில்ஓம் மறுமையின்பமும்சிவன்

   வறுமைப்பகை முறிக்கும் முதலான்சேர் உற்றஉலகும்

நன்முனுக்கம் மருந்தாய் மனவறுமை வெல்லவல்லன்

   உயிர்க்குடி நிதமுமொளி நிறைந்துருகும் செழிப்பிழக்கான்

ஈகையன்

உறுத்தாஈகை வளமனத்து பெருஉணர்வும் உயுர்வுடையான்

   இரந்தொருகணம் கனங்கூடா அகத்தில் இன்பமாக்கும்

பிறப்பறிந்துயிர் முன்னிசைக்கும் நற்றான் சிவன்

   ஒவ்வுயிரும் ஒத்துயிராய் கூடுனே உணர்த்தும்

கடந்தொருநொடி கனவினை இல்லாதொழுகி முறையாக்கும்

   ஏந்திநின்றது நிறைக்கும் ஆர்த்தமாய் ஆனந்தன்

எரிக்குமடைமை கொடையற்றான் புகட்டும்மெய் ஆற்றன்

   வடியாபக்தி துயரறுக்கும் தன்னாவி ஈகையன்சிவன்

மறுமை மேன்மை

நோய்துறக்கும் துறவுமனத்தில் கெடுஞ்செயல் இரவாநிதமருளும்
தேடிநின்றுவர கனலுங்குளிர்ந்து கூளிமெய் பக்தி
சோர்வுஉடைய பதழுயிறாய் மையில் சிவன்
வருந்துயர்வாடி வாடாநெறி பார்ப்படை துணிஊட்டும்
உருவிழிக்கா இழிக்கா உணர்வெழும்நா நுனியில்ஒம்
தெளிந்தநதி சேர்ந்தாழியாய் உள்ளம் மொழியும்
நிற்கயிரந்தும் விடியாதிரவும் தீராஒளி பாயும்பாரும்
வாழ்வாய்பக்தி ஆட்கொண் டானடியில் மென்மைசிவன்

பொறி கலந்தான்

ஒன்றுக்கொன்று தாழாச்சிறப்பு மேலாய்ப்பக்தி பண்புள்ளம்
மக்கள்கீழ் மேற்கிழித்து நெறிப்பார்த்து சமனாலன்
ஒழுகுதலால் புண்ணியம் மண்மேலே சிந்தையும்
மறையுமொளி யினிடத்தும் கூர்மம்சிதறா காப்பான்
பக்திவற்றா நாழுனுக்கம் பேறுமனம் நகராசிவன்
ஐந்தில் நிறைந்தைந்தும் புலனடக்கும் பொறியாளன்
மெய்நெறி சிறந்தார்வாழ்வு விழிநிறைத்து மனமுமின்பம்
மனத்தின் செழுபக்தி யெண்பொறிக் கலந்தான்சிவன்

சூர்யா சிவன்

ரேகை ஆள்

ஆண்டுண்டாள் வளர்த்தவை விழிமோதி மாலும்
துறந்தும் துருவமிசைந் திழுக்கும் வீச்சுமவன்
இருமணி நடுவிசைக் கலங்கா அடையுதலில்
நெஞ்சம் நன்மயங்கும் விழிக்கோதும் சிகையுமவன்
கற்றைத்திரு நீறுஉச்சம் சரியாச்சிரம் உயிர்பாய்ச்சும்
சந்தனம் தனியில்சிவப்பு மிடவிரல் நுனிசிவன்
ஈ·கபார்வை தடிறானனி நெஞ்சமும் ஒளிபுகும்
துடிப்புமவனாய் அவன்ரேகையும் ஆளும்மங் கையும்சிவன்

உணர் உணர்தல்

குறிஉற்று நகைமுறுவல் நோக்காத்திரை இருதயகமலன்
ஊழ்கழித்து நெறிவழி விழுந்தும்எழா ஆசைஎழியும்
உணர்பூத்து மணமண்மும் வீசும்மோக வாகைசுரும்
நெறிமதியும் கூடும் கூட்டிலின்பம் தோன்றுமுயிரும்
உயிரோடொட்டும் ஒளதாரியமாய் இணைய தலைவன்
மனம்நாணி நடுக்கம் சினவும்கொஞ்சும் ஏக்கம்வைக்கும்
சிந்தைகெஞ்சும் பாசுரமாயை மந்திரம்அஃது துதியாய்ஒளி
பாசமகத்தில் நோக்கமொத்து விழிஉணர் உணரும்சிவன்

புணர்தல் ஒளி

உயிர்வசம் சங்கம் சான்றாய் உணர்வினேடும்

நிறைமதியும் உருக்குமாசை மின்னிரண்டில் மூன்றாம்பிறை

கவிழ்துயிராய்க் கிடவாநெஞ்சில் கீர்தனை சிவப்பும்சிவன்

மனவாட்ட மங்கைக்கொடிப் பாய்யுமக வேராய்வாசம்

பிழைப்பிழைப்பு கன்னிபிழைப்பும் நெறியாய் வந்தனமும்

தேயுமுயிரும் உருகுமுணர்வு தேகநாடிகடந் தனவாய்சிவன்

கொத்தாய்ஒளி காணதிருப்பின் புண்ணுமாற்றும் விழிப்பினன்பன்

மூச்சின்மேற்கீழும் விழிஇணை துடிப்பில்புணரு மொளியும்சிவன்

நினைவு ஆட்டம்

அந்தியொரு முடிக்கங்கூட்டில் இணையுமேக்கம் ஒழுக்கந்தனில்

மனப்பிந்தி ஏறாமடு உயிர்விரை வினையடையும்

உச்சின்மேற் நின்றளவு துடிப்பின்மலை சொரிஉதிராய்

கிடந்துவிழித்து பூரிப்புமண் முழுத்தும் சீர்நிறையன்

தவங்கோடியில் நான்மறையும் நாவிழுந் தரிசனவிழியே

வழிந்துவாழி மைதிலகம் அடியில் அன்பன்சிவன்

கிடைத்தொரு பாக்கியமஞ்சப் பேரின்ப பேறும்சிவன்

மயக்கம் நெறிதாழா ஆனந்தகளி நினைவும்சிவன்

சூர்யா சிவன்

மகிழ் மனத்தான்

நுதலிலணி மைய்யும்நுனி அடியுமின்பம் சாரல்பொட்டும்
    தேற்றிவரும் வெண்மை குணமுமொழுகிச் சாந்ர்தடியும்
தாங்கிழச்சும் புதையும்வலி விழிககடை இன்பன்
    நகையடிகும் வெண்பற்மென் இழுக்குங் காந்தன்
ஆசையுமெழும் கோதும்சிகை மடியும் நன்னிறுக்க
    அனலுமேற்றிக் குளிருந்தூவி நிசியில் சிவன்
அகண்டுபாதம் நகராப்பாசப்பதி உயிர்கொடி நற்சினையும்
    காற்றண்டம் காதற்பிறப்பும் மகிழ்இல் மனத்தான்சிவன்

அன்பில் கிடத்தல்

அணங்குமதி அணிநிரை பிம்பமுறவுமாய் இதழ்முனுக்கம்
    கபடங்கழித்து களிப்போக்கி அலர்த்துறத்தி பதியும்
அமகற்றா நெஞ்சங்கொட்டித் தெளிந்தமனித்தில் சிவன்
    மங்கை மடலேறி அன்பனிடத்தில் வாழ்வுதிரவும்
நளிவுநாணம் கடந்திடா உயிரும்மெய் சேரசிவன்
    வேள்விகற்றக் காமமறைந்து மறையாஆதி முதலன்
கடற்மடியும் வலியளவுவழி விழித்துயிரும் இசைந்திழுக்கும்
    துறந்துபெரு வடுவும்மன மனைத்தன்பில் கிடக்கும்சிவன்

அலர் அடங்கும்

புகுந்தகம் அலர்ஊர்பாடியும் அடங்காவசை மனப்பாட்டில்

தணியாது ஏசஏறியகம் மாக்கோவும் சிவன்

ஆதூய்ய பாலறியும் கன்றாய்க்கூடும் விழிகாதொழுகும்

ஈன்றபாவம் நினைவதிரா பிழைக்குந் துடிக்குமுயிராய்

தெறிக்குங்கதி ரெங்கும்காதர் கொண்டதறியும் மைமருந்தம்

தவமிழைக்கா கவ்வைமடலேறா நாடிநுதல் சிவப்பும்

ஒளியிடரும் தாழாயேக்கந் தேகமுயிர்ப்பும் அடையசொர்க்கம்

நாடுதற்கொரு மடியும் உயிர்ப்பிணைந்து உட்கந்துள்சிவன்

தனித்து தணியாமை

வாக்கும்பிணைந் தொருஉறவாய் உயிர்ப்பரிவும் சிவன்

விழியிற்பிம்பம் காதற்தீ உருதணிக்கு மனத்தான்

மனங்கோதி கடியாப்பொருள் உற்றநேரம் படைக்கோவும்

காமநோய் கசிந்தும் நெறிஅஃது பயனும்சிவன்

சாய்ந்தத்தோள் தளர்த்தா மோகமருளி யொளிரும்

காதற்விலகி நின்றதுநினையா இன்ப நோயருளான்

நின்றுகுளிர்க்கு மகந்தாங்கி நில்லா பேரன்பன்

விடுத்துகாதற் மண்ணில் பற்றுண்டுயிரும் வாரயிடம்சிவன்

சூர்யா சிவன்

நாணத்துயர்

கொண்டன்று பிரிவும் கடந்துநாண மிழுக்கும்சிவன்

முதற்நகழு மேக்கம் பாய்யுழயிர்க் குருதியும்

தேகசுவடரிந்து வானுனெனும் மங்கை மைசேர்க்கும்

கடவுவாழ்வாய் பெருங் காதலருள்ந்த வித்தகன்

பிணைந்தநாணும் நெறிப்பால் மறந்துமுழு வொளியும்

மதிமுழுத்தும் சிதறியொரு காதற்இசையும் சிவன்

கொடிப்படராய் உயிர்வரையும் சொரிவாய் காதற்ஊற்றும்

கீழ்மேலும் தித்திப்பாய் நாணத் துயரில்சிவன்

விழிப்பயன்

ஆழிகொண்ட மனத்தின்துளி வற்றாது நிலைக்கும்

விழிக்கொண்ட தவவேள்விப் பயனாலே பிழைப்பும்

மெலிந்துருகி தேகம்கடுக சிறுத்தும் உள்ளில்சிவன்

பெற்றுப்பெறாமல் துயிலும்விழிப் பிழையாலுற்ற நோய்யும்

விரைந்தசையா நினைவும் காமவிழி கொள்ளும்சிவன்

ஒளியிருப் புகுத்தியுள்ளில் புண்ணாய்காதற் வலியும்

உற்றஉயிர் நெறியும் நிழலுதித்து வென்றப்புருவமும்

அகழும்வாடி யடங்காகாதற் களத்தில்விழிப் பயனும்சிவன்

நயம் ஊற்று

நயம்மறந்து தேகம் பசப்புந்துயிலும் பரிசமனம்

நாள்விளைந் தொருக்காதர் அறுவடை காமன்

ஆறாநாணு மறந்துவாடா காதற்பசியுந் தூரம்சிவன்

விழிநொடியில் உயிரெங்கும் கூசுங்கனற் காந்தகன்

சிறுவொளிக் இருள்மின்னிப் பரவுமாய் கொடியும்சிவன்

நீளமடங்கா ஒத்துமனமும் சிவப்புஞ்சேர பசுமையினிடம்

அறியாப் பசலை வாட்டுந்தேகம் வருவும்சிவன்

மென்மைப்பூவு மறந்தகத்தில் நயம் ஊற்றும்சிவன்

தொலைவும் நெருக்கம்

தூரம்காணாது கண்திரவும் வரையுங்காட்சி விழிப்பும்

பருவப்பருவரல் ஆற்றியாற்றா இன்பம்மன நெருக்கிலும்

காதற்குழைவும் அகத்திலுணர்வும் கடந்து பிரியான்

நாணுமிறுமாப்பும் களைந்து தூரமிணைப்பும் நெருங்கியகம்

தலையுழுமுறை பிணையுநெறி திளைக்கும் மைப்பொட்டு

மொழிந்துவிழி துடிப்பறியும் காதலுந் தோற்றுவான்

பெற்றொரு பொருளுமாய் விழிநாலும் வினைப்பில்

பிணைந்தும் உயிர்க்கூடும் காதற் நெருக்கழும்சிவன்

சூர்யா சிவன்

கருணை தனி

வீழ்ந்தார் வீழாக்காதற் துடிப்புமங்கை நெறிகாட்டும்

    பூண்டபசலை சபையடைக்கும் காதற் மனவோட்டம்

பிஞ்சென்று தூற்றக்கனிந்தார் சுவைக்கும் ஆணிவேரும்

    பருவரல்நீட்டி பருவமாற்றா தோங்கிகாதற் வளர்த்தும்

பிடித்துநோக்கா விழிதீண்டு முயிவரை உணர்வும்

    நில்லாதுவாடி மூச்சுழூர்சைத் பிழைப்பில் சிவன்

ஆற்றும்பசியும் நினைவும் காமமுண்ணும் ஆழ்ஆளுமுயிர்

    பற்றியமனம் பற்றுமை சிவப்பும் கருணைசிவன்

மயங்கல் நிலை

கண்டதுபொழுது இன்பக்காவியம் நிறையுங்கனவு கொடுத்தான்

    நொடியிணைந்து நனவனைத்தும் மனவசையிற் பொருத்தும்

மறந்துநிலை மூடிவிழியுங்காட்சி யெவையுமுடன் நினைவும்

    பசிந்துமனத்தில் தீராநிலை தாண்டிதுருவ நெருக்கம்

பருவரல் பொருட்டாது தவிக்குமன தெங்கும்சிவன்

    கூடிபிணைந்து போக்கப்பசலை காதற்மணக்கும் திசை

கடிந்துமேற்குங் காதற் நெறித்தாங்கா நொடிநாடி

    உயிரென மனமுழுதும் மயங்கல் நிலையும்சிவன்

அந்தி ஆராதனை

வரும்மறைவு பொழுது வாட்டந்தவிப்பு நெஞ்சில்
மருள்வளர்ந்து பெருகிமென் மையகத்தில் திளைக்கும்
கசிந்துகாதலும் துளிரிறங்கா வெளியில் இன்பநோயும்
வடியுமுதிரம் விழிக்கா நோம்பும் காதற்சிவன்
வலித்துமின்பம் கொடியேற்கும் மருள்கனவுக் கொஞ்சம்
தாங்காப் பருவபபரிவும் துடிப்பு முடைந்தும்
இருளுந்தூதாகி நுனிக்கீறி தேகமுணரா வலியும்
கடந்துநேர உயிர்காதற் அந்திஆரா தனையில்சிவன்

பொறி மயங்கல்

அயர்ந்துவிழி சிவப்பாய்ப் படர்ந்துமதிப் பசலையும்
மிளிர்ந்ததேகம் வாடிக்காட்டும் பருவரல் மறைக்கும்
தொழுதுவருந்தி நுதல்மையும் மதித்திரியு மெங்கும்
மணந்து காமம் திசைகோலுடை யான்நோக்கம்
பசித்துக்கொடியும் வாடிநிறையா முழுதும்நெஞ்ச நினைவும்
வருடிக்கீழ் மேலுமழரும் காமந்தவிர்ந்து தீண்டாநோயும்
கணத்துளியும் கரையாப்பருவ மென்தோளும் நுதல்தாங்கும்
காதலுண்ண துடிப்பனைத்தும் பொறி மயங்கலில்சிவன்

சூர்யா சிவன்

உயிரோடு எழுதல்

கண்தின்று மனமுங்காதற் நிறைகாமம் பதியும்மதியும்

    பிளந்தகமும் துருவநினைவும் கொடியேறு மருளான்

கொல்லுமுணர்வும் இரைந்துப் பாடித்தூதி யேற்றும்

    எரிக்குங் கனலுமிஞ்சு வந்தனை முழுதும்சிவன்

கருமணி குத்துங்கோலாய் இழக்கும்நோய் காமனிடத்தில்

    முதற்நுதலாய்ப் பொறியும் அடக்கிமனம் ஏவும்பசலை

துயர்த்துடிப்பும் பேதைமையகம் நாடாப் பரிவும்

    கனிந்தடைய ஆத்மமீண்டு உயிரோடு யெழுதலும்சிவன்

நாடியோடு வளர்த்தல்

உற்றப்பிடிப்பு வாழ்வுந்துயர் நிலைகாதற் நினைவும்

    அடக்கிடா ஆக்கவுணர்வும் வெளிவழியும் காதற்கொடி

வரங்கிடக்கக் கிட்டாவரமும் உதிரோடு வலியும்சிவன்

    அலைந்து நாணம்கடிந் தேக்கமடியில் நுதலும்

உயிருயிரோடு பிணைந்துதழுவ கொஞ்சும் பேரின்பன்

    இதழ்விரிப்பில் காதற்நிழலும் கழிந்தொழுகும் சிவன்

அகங்கனல் கனிந்தும் கனியாஏழ் பொட்டிலும்

    மாறிமறவா நெறியில் நாடியோடு வளர்த்தும்சிவன்

அயராது ஒழுகல்

நகைமுறுவல் ஏற்கவிழிப் பயனில்லா உருக்கம்

இசைந்தவேளை கார்க்கோதி மயக்கம் விரல்நிழல்

பிழைத்துயிரும் சேரமணந்து உணர்வும்காதர் பற்றுன்

மென்கொடியும் இளைப்பாறக் கெட்டுத்தோளும் வரும்

புகாவீச்சு மிடையில் ஆள்பசலை ஊட்டும்சிவன்

விழிபுகுந்து உயிர்க்கிள்ளும் உணர்வு தீட்டும்

வினைவொற்றை வாழ்வும் நெஞ்சமும்பசிந்து கோரசிவன்

பேறாய் வாழ்நாளுக்கு அயராதொ முகலில்சிவன்

நோய் நீக்கல்

மறித்துத் துடிப்பும் மறையுமோ விழியாவும்சிவன்

நிறைந்துகாண மயில்தோளும் மெலிந்துமங்கை துதியில்

கலந்துநகழும் கொணரரு மருள்யாமநோய் போற்றும்

கார்வடிந்திருள் தேற்றும்மனம் நொடியில் சிவன்

கள்ளம்பெரிதாய் காமம்நெஞ்சில் பாயுமுதிரில் சொல்லும்

தவிப்பு திளைக்குமோக மூச்சின்மர்ம் புகுத்தும்சிவன்

குளிர்ந்தனக் குளிர்வடியுநீரு மறந்து காதற்நிருத்தும்

நெறியில் உயிரோடு காமநோய் நீக்கும்சிவன்

சூர்யா சிவன்

நெறியில் புணர்தல்

தாழாமயக்கம் கனிந்தகத்தில் பெருக்கும் புலம்பலில்சிவன்

தனியாக்காமம் விழிமரைக்கா திணைக்கு மூச்சோடு

துயர்நெடுவும் கழமும்நொடியில் உள்ளெழும்சிவன்

உருசிறுமை தோன்றும்மை வேளையுமூட்டும் காமன்

உற்றுக்காதலும் அற்றுபிணங்கலும் வாடும்காம நெஞ்சில்சிவன்

ஆழியெழுப்புஞ் சீற்றம் சிறுமைமனம் பொங்கும்

பிரிந்துநேரா பிறப்பிணைப்பு பொழுதுங்கூடும் நிறைவும்

யுகம்வேண்டி ஆத்மார்த்த நெறி புணர்தலில்சிவன்

துடிப்பில் மறுமை

தூய்ஆவென் நெஞ்சுபூண்டது நோய்பசலை ஊற்றும்

படர்ந்துகாதலும் அளவாழியாய் ஆள்குடிக்குங் கனிந்தன்

வெறுப்புஉமிழ வாராயகம் வரும்பரிவு பெரிதாய்

இலைபட்டும் நிலைவளர்ந் தோடுங்காதர் இடம்சிவன்

போர்முறுவல் மனத்தில் ஒங்கிவெல்லும் காதற்தலையும்

பேறும் வீண்தவம் வேள்விகனலி லெழுங்காதர்

சிறப்பிலகந் தாங்கும்மறந்து யேற்க்கும் பசலையும்சிவன்

வரண்டுகாமமும் துளிஊற்றாய்க் துடிப்பில் மறுமைசிவன்

விழிச்சேரல்

ஒரமனத்தில் மூடல்பரிவு பெரிதாய் புறம்பயக்கும்
    விழிமறுத்தும் நினைவு காதற்மென் தோளாளும்
கடித்துப் புலவியும் சேருங்கூடல் விழிப்பில்சிவன்
    மணந்து மறைந்துக்காதற் பேறுபயன் மறுமையிலும்
தோர்க்கும் வில்வளைந்து விழிக்காதற் வேலம்பும்சிவன்
    கழிந்துஊடல் நிலைகாதற் கொஞ்சு மகம்சிவன்
அறுத்துநோயும் துடிக்கும் செழித்து நாடிநொடியும்
    நிழலும்வீழ்ந்து மண்மறு மையில்விழிச் சேரலும்சிவன்

ஒளியில் ஒழுகல்

மார்போடெரிக்கும் பருவரலாற்றி நீர்த்துப்பித்தம் காக்கும்
    வாழ்நீளுங் கணந்துடிப்பு பதியஅடியில் காதற்மோட்சம்
கொணர்ந்த சுனையாய் எண்ணம் வடிப்பில்சிவன்
    ஆற்றாவலி விழிப்புண்ணும் நோக்கிஅடி கரந்தழுவும்
பிரிந்துணர்வும் பிரியாதுயிரும் சேராமண்ணில் மனவிரைப்பு
    மைய்யில் நினைவுமகலா சேரும்உச்சி யுள்ளமும்சிவன்
வீச்சோடுதூதும் காதற்வருடா தொளியில் வந்தணையும்
    பிறவியோடு பணிந்து உயிரொளி ஒழுகலில்சிவன்

சூர்யா சிவன்

நாள் தொடர்தல்

உலகாயிரம் உதித்தும் மூன்றாம் மைய்யும்சிவன்

சினைக்கொடி வரைக்கோடியும் மனமாளும் சிவன்

ஊடலூட்டாது மனங்கூடி வளர்த்துநெறி சித்தம்சிவன்

நீருவாடி வழிப்பின் விழிஞால மூப்பன்சிவன்

சினங்கெட காக்குமனமும் பொறுமைநிழல் விடான்சிவன்

வீச்சில்விசையும் இழுத்து மெய்உயிர் தெளிவும்சிவன்

பித்தழுணர்த்தி நாடிப்பயன் பிறப்பும் சேருமடிசிவன்

மனமைய்யில் நெறிவாழும் நாள் தொடரும்சிவன்

விடையறு

ஒற்றைச்சிந்தை பொறிஐந்தும் இணைந்து ஊட்டும்சிவன்

வாழ்வு முடிவில்லா பற்றுந்தன்மேற் நிறைவும்சிவன்

சொல்லுமொழி பொருளும் நெகிழ்ந்து சிவன்

தொடர்முடிவும் முடியாத் தொடர்ப பற்றும்சிவன்

நீக்கமறமனம் எழுதியறியும் உரைதெளிவும் நாடியும்சிவன்

முயன்றொரு பதிப்பாதி குறிக்கும்அறிவும் கொடுத்தான்

குருதியில் ஓயாதுகீர்த்தனை உறைந்துன்னில் தேற்றும்சிவன்

நான்அடியேன் உன்னிலென்றும் சாம்பழமூர்த்தி சிவனேசிவம்

நன்றி

சூர்யா சிவன்

89

சூர்யா சிவன்

சூர்யா சிவன்

சூர்யா சிவன்

9 789389 959420